AF519539

ഡോ. ഗോപി പുതുക്കോട്

മലപ്പുറം, കോഴിക്കോട് ജില്ലകളിൽ സ്കൂൾ അദ്ധ്യാപകനായും കാലിക്കറ്റ് യൂനിവേഴ്സിറ്റി കോളേജ് ഓഫ് ടീച്ചർ എഡ്യുക്കേഷൻ ലക്ചററായും പ്രിൻസിപ്പാളായും ജോലി ചെയ്തു. ഇപ്പോൾ മലപ്പുറം ഡയറ്റ് സീനിയർ ഫാക്കൽറ്റി.

ചെറുകഥയ്ക്ക് നവസാഹിതി പുരസ്കാരം, വൈജ്ഞാനിക സാഹിത്യത്തിന് ജോസഫ് മുണ്ടശ്ശേരി പുരസ്കാരം, ബാലസാഹിത്യത്തിന് പായൽ ബുക്സ് പുരസ്കാരം, ജീവചരിത്ര രചനയ്ക്ക് പി.കെ പരമേശ്വരൻ നായർ സ്മാരക പുരസ്കാരം, പ്രാദേശിക ചരിത്ര രചനയ്ക്ക് മായാ കൊയ്നെ സ്മാരക പുരസ്കാരം എന്നിവ നേടി.

ഇത് മുപ്പത്തഞ്ചാമത് കൃതി.

ഭാര്യ: പി. ഗീത, മകൾ: അനന്യ. ജി

വിലാസം: ഗുരുസാഗരം, രാമനാട്ടുകര. പി.ഒ, കോഴിക്കോട് - 673633
ഫോൺ: 04952 443333, 9744449844
gputhukode@gmail.com

Malayalam Language
Ela Mulla
(Children's Literature)
by
Gopi Puthukode
♦
Published in August 2022
by Kairali Books Private Limited
Thalikkavu Road, Kannur.
Ph : 0497-2761200
E-Mail : Kairalibooksknr@gmail.com
♦
Cover Design
Prasanth Mangad
♦

Price ₹ : 200.00
23/22-23/Sl.No.1328/500/NS 18.6
ISBN 978-93-49727-78-6

ഏല മുല്ല

ഗോപി പുതുക്കോട്

കൈരളി ബുക്സ്

താന്നിക്കുന്ന്

നാരായണൻകുട്ടി എന്റെ ശിഷ്യൻ മാത്രമല്ല, അയൽക്കാരൻ കൂടിയാണ്. എന്റെ സുഹൃത്തായ കുമാരന്റെ മകനാണ്. ആഹ്ലാദകരമായ ഈ മുഹൂർത്തത്തിന് സാക്ഷ്യം വഹിക്കാൻ കുമാരനില്ലാതെ പോയി. കൊയ്ലേറ്റക്കാരനായിരുന്നു കുമാരൻ. അങ്ങനെ പറഞ്ഞാൽ നിങ്ങൾ പുതിയ തലമുറയ്ക്ക് മനസ്സിലാകുമോ? തെങ്ങിൽ കയറി തേങ്ങയിടുന്നത് തൊഴിലാക്കിയവരെയാണ് കൊയ്ലേറ്റക്കാരെന്നു പറയുന്നത്. വലിയ ഏണിയും തോളിൽവെച്ച് തളപ്പും കൊടുവാളുമായി എന്നും പുലർച്ചയ്ക്ക് കുമാരൻ വീട്ടിൽ നിന്നിറങ്ങും. പതിവായി തേങ്ങ വലിക്കുന്ന പറമ്പുകൾ നിരവധിയുണ്ട്. ഉച്ചയാകുന്നതുവരെ ഒഴിവില്ലാതെ ജോലിചെയ്യും. ഒരു തെങ്ങിന് രണ്ടു തേങ്ങയാണ് കൂലി. പണി നിർത്തിയാൽ രണ്ടു തേങ്ങ വീതം കോർത്തുതൂക്കി ഏണിയുമായി മടക്കമാണ്. നല്ല ഭാരമുണ്ടാകും ഏണിക്ക്. തോളുകൾ മാറി മാറി, വേഗത്തിൽ, ഒരു പ്രത്യേക താളത്തിൽ വരമ്പിലൂടെ നടന്നുനീങ്ങുന്ന കുമാരൻ ഞങ്ങൾക്കൊക്കെ ഒരു വിസ്മയക്കാഴ്ചയാണ്. വൈകുന്നേരം പൊളിച്ച തേങ്ങയുമായി താന്നിക്കുന്നങ്ങാടിയിൽ വരുമ്പോൾ കുമാരൻ മറ്റൊരാളാണ്. വെളുത്ത മുണ്ടും ഷർട്ടുമിട്ട് വായനശാലയിലിരുന്ന് പത്രം വായിക്കുന്ന അയാളെ കണ്ടാൽ ഏതോ ഉയർന്ന ഉദ്യോഗസ്ഥനാണെന്നേ തോന്നൂ. സ്കൂൾ വിട്ട് വരുന്ന മാഷന്മാരുമായി സാഹിത്യചർച്ചകളും നടത്താറുണ്ട്.

ഒരു മഴക്കാലത്താണ്. തെങ്ങിന് അധികം ഉയരമുണ്ടായിരുന്നില്ല. താന്നിക്കുന്നിന്റെ പടിഞ്ഞാറേ ചെരിവിൽ പുഴവക്കത്താണ് സംഭവം. പറമ്പിന്റെ ഉടമസ്ഥനായ പൊടിമില്ലുകാരൻ അവറാൻ നോക്കി നിൽക്കുകയാണ്. ഏണിയുടെ അറ്റത്ത് അൽപസമയം നിന്ന്

എന്തോ തമാശ പറഞ്ഞു ചിരിക്കുന്നതിനിടയിലാണ് കാലിൽ തളപ്പു ശരിയാക്കുന്നത്. പിന്നെ പതുക്കെ തെങ്ങിൽ ചുറ്റിപ്പിടിച്ചു കയറി. ആദ്യത്തെ മടലിൽ ഇടതുകൈകൊണ്ട് പിടിച്ച് വലതുവശത്തെ കുല വെട്ടാനോങ്ങിയതാണ്. താഴെ നിൽക്കുന്ന അവറാൻ അപ്പോൾ വ്യക്തമായി കണ്ടു. കുരലിൽ പത്തിവിടർത്തിനിന്ന് കുമാരനെ നോക്കുന്ന മൂർഖൻ. കുമാരാ എന്ന് അവറാൻ അലറിവിളിക്കുമ്പോഴേക്കും പാമ്പ് കുമാരന്റെ മുഖത്ത് കൊത്താനാഞ്ഞു. പൊടുന്നനെ കാലുകളിലേയ്ക്ക് അമർന്ന് കുനിഞ്ഞെങ്കിലും അടുത്ത നിമിഷം തല കീഴായി മണ്ണിലേയ്ക്കു പതിക്കുന്ന കുമാരനെയാണ് അവറാൻ കണ്ടത്. ഓടിക്കൂടിയവർ താങ്ങിയെടുത്ത് നടവരമ്പു വഴി താന്നിക്കുന്നിലെ നിരത്തിലെത്തിക്കുമ്പോഴേയ്ക്കും കുമാരൻ മരിച്ചിരുന്നു.

അന്ന് നാരായണൻകുട്ടി ഏഴാം ക്ലാസിലും അവന്റെ അനുജൻ മൂന്നാം ക്ലാസിലുമാണ്. അവരുടെ അമ്മ ലീല പാടത്ത് കൂലിപ്പണി ചെയ്തും കൊയ്ത്തിനു പോയുമൊക്കെയാണ് പിന്നെ മക്കളെ വളർത്തിയത്. ഇന്ന് ലീലയും ഈ സന്തോഷം പങ്കുവെയ്ക്കാൻ നമ്മളോടൊപ്പമില്ല. അവരും മരണപ്പെട്ടു. ഒരു പക്ഷേ, നാരായണൻകുട്ടിയുടെ ഈ അഭിമാന നേട്ടത്തിൽ ഏറ്റവുമധികം സന്തോഷിക്കേണ്ടയാൾ അവന്റെ അനുജൻ തന്നെയാണ്. ഒരു വ്യക്തി എന്ന നിലയിൽ എന്തെല്ലാം ഗുണവിശേഷങ്ങളാണോ നാരായണൻകുട്ടിയിലുള്ളത് അതെല്ലാം ഏറിയും കുറഞ്ഞും മണികണ്ഠൻകുട്ടിയിലുമുണ്ടായിരുന്നു. എന്തു ചെയ്യാം. വിധി അവനെയും നേരെത്തെവിളിച്ചു.

അഞ്ചാം ക്ലാസിൽ വച്ചു ഞാൻ പരിചയപ്പെട്ട നാരായണൻകുട്ടി എന്ന കൊച്ചുപയ്യൻ എങ്ങനെയാണ് ഈ വിധം കീർത്തിമാനായത്! ആ കഥയാണ് ഞാൻ നിങ്ങളോടു പറയാൻ പോകുന്നത്. അവനെ പഠിപ്പിച്ച അധ്യാപകൻ എന്ന നിലയിൽ, അവന്റെ അയൽക്കാരൻ എന്ന നിലയിൽ, ഞാനല്ലാതെ മറ്റാരാണ് ഇതു ചെയ്യുക! ഓർത്തു നോക്കൂ. ഒരധ്യാപകന് ഇതിനെക്കാൾ സന്തോഷകരമായി മറ്റെന്താണ് ചെയ്യാനാവുക! സ്വന്തം ശിഷ്യന്റെ കഥ ലോകത്തോടു പറയുക!

പക്ഷേ, കൂട്ടുകാരേ, ഇതിലൊരു പ്രശ്നമുണ്ട്. പത്തു മുപ്പതു കൊല്ലം മുമ്പത്തെ കഥയാണ്. അന്നത്തെ നാടിനെ നിങ്ങളുടെ

മുമ്പിൽ വരച്ചുകാണിക്കാൻ എനിക്ക് എത്രമാത്രം കഴിയുമെന്നറിയില്ല. ഞാൻ എസ്.കെ.പൊറ്റെക്കാടോ ഉറൂബോ ഒന്നുമല്ലല്ലോ, വെറുമൊരധ്യാപകനല്ലേ! ഇനി അഥവാ ഓർത്തെടുത്തു പറഞ്ഞാൽതന്നെ നിങ്ങൾ പുതിയ തലമുറക്കാർക്കു തിരിയണമെന്നുമില്ല. നേരത്തെ കൊയ്‌ലേറ്റത്തിന്റെ കാര്യം പറഞ്ഞതുപോലാകും. ഒരു കാര്യം ചെയ്യാം. പഴയ സങ്കേതങ്ങളും പദപ്രയോഗങ്ങളുമൊക്കെ അപ്പപ്പോൾ മുൻകൂട്ടി പറയാം.

***

എത്ര മനോഹരമാണ് നമ്മുടെ നാട്, അല്ലേ! ഈ കാലത്തും താന്നിക്കുന്നിലെ പ്രകൃതി ഇത്ര സുന്ദരമാണെങ്കിൽ ഞങ്ങളുടെയൊക്കെ കുട്ടിക്കാലത്ത് എന്തായിരിക്കും അവസ്ഥയെന്നാവും നിങ്ങളുടെ ചിന്ത. ശരിയാണ്. വിശാലമായ വയലിൽ നിന്ന് ചെറിയൊരു കയറ്റത്തോടെ താന്നിക്കുന്നിലേയ്ക്കുള്ള വഴി തുടങ്ങുകയായി. തുടക്കത്തിൽ തന്നെ പോസ്റ്റോഫീസ്. തൊട്ടടുത്ത് റേഷൻകട. പിന്നെ ഇരുവശങ്ങളിലും ചേർന്നുചേർന്ന് കച്ചവടപ്പീടികകൾ. അതിനിടയിൽ വായനശാല. അതോടെ കുന്നിനു വീതി കൂടിത്തുടങ്ങുന്നു. വൻ മരങ്ങൾ തലയുയർത്തിനിൽക്കുന്ന അതിരിനോടു ചേർന്ന് തുറസ്സായ പഴയ ചന്ത. താന്നിക്കുന്നിലെ ശനിയാഴ്ചച്ചന്ത ദൂരദിക്കുകളിൽപോലും പ്രസിദ്ധമായിരുന്നു. കാർഷികവിഭവങ്ങൾ മാത്രമല്ല ആട്, കോഴി, പശു, പോത്ത് - അങ്ങനെ സകലതും വാങ്ങാൻകിട്ടും. അച്ഛനും അമ്മയുമല്ലാത്തതൊക്കെ താന്നിക്കുന്ന് ചന്തയിൽ കിട്ടുമെന്നൊരു നാടൻ ചൊല്ലുതന്നെയുണ്ടായിരുന്നു. പായ, വട്ടി തുടങ്ങിയ കരകൗശല വസ്തുക്കൾ. കത്തി, കൈക്കോട്ട്, പിക്കാസ് തുടങ്ങിയ കൃഷിയുപകരണങ്ങൾ.

സ്കൂൾ മുറ്റത്ത് പലതരം വിനോദങ്ങളുമുണ്ടാകും. പണം വെച്ചുള്ള പലതരം കളികൾ, കൈനോട്ടക്കാർ, ജാലവിദ്യക്കാർ - ചുരുക്കത്തിൽ ഉത്സവപ്രതീതിയാണ് ശനിയാഴ്ചകളിൽ. പലരും നേരത്തെവന്നു തമ്പടിക്കും. പലരും ഞായറാഴ്ചയും സ്ഥലത്തുണ്ടാവും.

പടിഞ്ഞാറു ഭാഗത്ത് പരന്നൊഴുകുന്ന താന്നിപ്പുഴ. അതിനപ്പുറവും വിശാലമായ വയലുകൾ. കുന്നിറങ്ങി തെക്കോട്ടുള്ള വീതി

യേറിയ വരമ്പിലൂടെ നാലഞ്ചുമൈൽ നടന്നാൽ തോടങ്ങാടിയായി. ടാറിട്ടു കറുപ്പിച്ച നിരത്തു കാണാൻ അവിടെ പോകണം. സിനിമാടാക്കീസും അവിടെയാണുള്ളത്. ഓണത്തിനും വിഷുവിനുമൊക്കെ താന്നിക്കുന്നുകാർ കൂട്ടത്തോടെ സിനിമ കാണാൻ തോടങ്ങാടിയിൽ പോകാറുണ്ട്. രാത്രി ചൂട്ടു മിന്നിച്ച് വരിവരിയായി സിനിമാക്കഥ പറഞ്ഞുകൊണ്ടുള്ള ആ മടക്കയാത്രയുണ്ടല്ലോ! അതിന്റെ രസമൊന്നും നിങ്ങൾക്കു മനസ്സിലാവില്ല. കുട്ടികളൊക്കെ ഉറക്കം പിടിച്ചിട്ടുണ്ടാവും. മുതിർന്നവർ മാറിമാറി അവരെ തോളത്തിട്ടാണ് നടപ്പ്. ആരുടെ കുട്ടി എന്നൊന്നും നോട്ടമില്ല. താന്നിക്കുന്നിന്റെ ചെരിവിൽവെച്ച് പല വഴി പിരിയാൻ നേരമാണ് അമ്മമാർ എന്റെ മോനെവിടെ, എന്റെ മോളെവിടെ എന്നു വിളിച്ചു പരക്കം പായുന്നത്. എന്തൊരു കാലമായിരുന്നു അത്!

നമുക്ക് കഥയിലേയ്ക്കു വരാം.

ഏറെ കാലം മറ്റു പലയിടങ്ങളിലും ജോലി ചെയ്തതിനുശേഷം ഞാൻ താന്നിക്കുന്ന് സ്കൂളിൽ അധ്യാപകനായി ചേർന്ന വർഷമാണ് കുമാരനും കുടുംബവും എന്റെ അയൽക്കാരായെത്തുന്നത്. തോടങ്ങാടിയിൽ നിന്ന് പിന്നെയും പത്തുമൈൽ ദൂരെയാണ് അവരുടെ സ്വന്തം നാട്. കുമാരന്റെ അനുജന്റെ വിവാഹം കഴിഞ്ഞതോടെ ചെറിയവീട്ടിൽ എല്ലാവർക്കും കഴിയാൻ പറ്റാതായി. അമ്മയെ അനുജന്റെയടുത്തു നിർത്തി കുമാരൻ കുടുംബത്തെയുമായി ഇങ്ങോട്ടു പോന്നു. പഴയൊരു വീടു വാങ്ങി താമസമാക്കുകയായിരുന്നു. നേരത്തെ പലതവണ താന്നിക്കുന്നു ചന്തയിൽ വന്ന പരിചയമുണ്ട്. ധാരാളം തെങ്ങിൻ തോട്ടങ്ങളുള്ള സ്ഥലമായതിനാൽ ഭാവിയെപ്പറ്റി ഒരാശങ്കയും കുമാരനുണ്ടായിരുന്നില്ല. അയാൾ ഒന്നാന്തരം കൊയ്ലേറ്റക്കാരനായിരുന്നല്ലോ. വളരെ വിശ്വസ്തനുമായിരുന്നു. പറമ്പിന്റെ ഉടമസ്ഥൻ സ്ഥലത്തില്ലെങ്കിലും ഒരു തേങ്ങപോലും അധികമായി എടുക്കില്ല. കുലച്ചിൽ വെട്ടിയൊതുക്കി തേങ്ങകൾ അതതു തെങ്ങിന്റെ മൂട്ടിൽ കൂട്ടിയിടുകയും ചെയ്യും.

ഒരിക്കൽ ഒരു പറമ്പിൽ വന്നു തേങ്ങവലിച്ചാൽ പിന്നീടൊരിക്കലും അടുത്ത വലിയുടെ കാര്യം ഓർമ്മിപ്പിക്കേണ്ടതില്ല. കൃത്യ ദിവസം അയാൾ വന്നിരിക്കും. ചില മാസങ്ങളിൽ ചില തെങ്ങുകളിൽ തേങ്ങയുണ്ടാവില്ല. അക്കാര്യം മുൻകൂട്ടി പറയാനും മറക്കില്ല. വർഷത്തിലൊരിക്കൽ എല്ലാ തെങ്ങിന്റെയും മണ്ട കോതിയൊതു

ക്കുന്നതും പതിവാണ്. ചിലർ അതിന് പ്രത്യേകമായി ഓരോ തേങ്ങ പ്രതിഫലമായി കൊടുക്കാറുമുണ്ട്. ഇനി കൊടുത്തില്ലെങ്കിലും കുമാരൻ പ്രതിഷേധിക്കാറില്ല. അങ്ങനെ വളരെ മര്യാദക്കാരനായ കൊയ്ലേറ്റക്കാരൻ എന്ന പേര് വളരെ വേഗം അയാൾ നേടിയെടുത്തു. താന്നിക്കുന്നിലും ചുറ്റുപാടുമുള്ള എല്ലാ പറമ്പുകളിലും തേങ്ങ വലിക്കുന്നത് കുമാരനാണെന്ന നിലവന്നു.

വൈകുന്നേരങ്ങളിൽ താന്നിക്കുന്ന് വായനശാലയിൽ പത്രം വായിച്ചിരിക്കുന്ന കുമാരനെത്തേടി കൊപ്രക്കച്ചവടക്കാർ വരാറുണ്ട്. ഒരുപാടു പറമ്പുകൾ ഒന്നിച്ചു പാട്ടത്തിനെടുത്ത് തേങ്ങ മൊത്തമായി കൊണ്ടുവരുന്നതാണ് അവരുടെ രീതി. ഒരു കൂട്ടം കൊയ്ലേറ്റക്കാരെ അതിനാവശ്യമുണ്ടാകും. വേണ്ടത്ര ആളുകളെ കിട്ടാതെ വരുമ്പോഴാണ് കുമാരനെ തിരക്കി വരുന്നത്. അയാൾ അവരുടെ കൂടെ ഒരിക്കലും പോകാറില്ല. ഏറ്റ പണി തന്നെ നിത്യവും ചെയ്യാനുണ്ടെന്നു പറഞ്ഞൊഴിയും.

എന്തിനാണ് മരിച്ചുപോയ കുമാരനെക്കുറിച്ച് ഇത്രയൊക്കെ പറയുന്നതെന്ന് നിങ്ങൾ ചോദിക്കും. മനുഷ്യന്റെ ചിട്ടകൾ, സ്വഭാവങ്ങൾ, പെരുമാറ്റരീതികൾ - ഇതൊക്കെ പരമ്പരാഗതമായി കിട്ടുന്നതാണ്. നാരായണൻകുട്ടിയുടെ സ്വഭാവവിശേഷങ്ങൾ പലതും അവന്റെ അച്ഛനിൽ നിന്നു പകർന്നു കിട്ടിയതാണ്. ഇക്കാര്യം നാരായണൻകുട്ടിക്കും നന്നായറിയാം.

അഞ്ചാം ക്ലാസിലാണ് നാരായണൻകുട്ടി സ്കൂളിൽ വന്നു ചേർന്നത്. അവന്റെ അനുജൻ ഒന്നിലും. അക്കാലത്ത് താന്നിക്കുന്ന് സ്കൂളിൽ ഏഴാം ക്ലാസുവരെ മാത്രമേ ഉണ്ടായിരുന്നുള്ളൂ. കുന്നിന്റെ നെറുകയിൽ ഒറ്റ ഷെഡിലായിരുന്നു സ്കൂൾ. പുറമെനിന്നു കണ്ടാൽ വലിയൊരു ഹാളാണെന്നേ തോന്നൂ. ചെറിയ പനമ്പുകൾ ചേർത്ത് വെച്ച് ഹാളിനെ നീളത്തിൽ രണ്ടായി മുറിച്ചിരുന്നു. ഇരുവശങ്ങളിലുമായി ഈരണ്ടു ഡിവിഷനുകളിലായി ആകെ പതിനാലു ക്ലാസുകൾ. കുന്നു കയറിവരുമ്പോൾ ഹാളിന്റെ ചുമരിൽ കറുത്ത പെയിന്റു കൊണ്ട് എഴുതിവെച്ചതു വായിക്കാം. താന്നിക്കുന്ന് ഗവ. യു.പി. സ്കൂൾ .

ഞാൻ പിരിയുന്നതിനു രണ്ടു കൊല്ലം മുമ്പാണ് പഴയ ഹാൾ പൊളിച്ചുമാറ്റി രണ്ടു നിലകളുള്ള പുതിയ കെട്ടിടം പണിതത്. അതിന്റെ ഉദ്ഘാടനത്തിനാണ് താന്നിക്കുന്നിൽ ആദ്യമായി

സംസ്ഥാനത്തിന്റെ മുഖ്യമന്ത്രി വരുന്നത്. അപ്പോഴേയ്ക്കും ആയിരത്തോളം കുട്ടികളുള്ള ഹൈസ്കൂളായി അത് മാറിയിരുന്നു.

ഇപ്പോൾ ഹയർസെക്കന്ററിയുമായി. കുന്നിന്റെ ചെരുവിൽതന്നെ നിരത്തിനെ കവച്ചുവെയ്ക്കുന്ന വലിയ കമാനത്തിൽ താന്നിക്കുന്ന് ഗവ:ഹയർ സെക്കന്ററി സ്കൂൾ എന്ന് എഴുതിവെച്ചത് ആരാണ് കാണാതിരിക്കുക!

എന്റെ ക്ലാസിലായിരുന്നു നാരായണൻകുട്ടി. പഠിക്കാൻ മിടുക്കനാണ്. എത്ര വലിയ പദ്യവും ഒന്നുരണ്ടു ദിവസം കൊണ്ട് കാണാതെ ചൊല്ലും. നല്ല അക്ഷരസ്ഫുടത. കയ്യക്ഷരവും നല്ലതാണ്. അച്ചടക്കവും അനുസരണയുമുള്ള കുട്ടി. എല്ലാവർക്കും അവനെ ഇഷ്ടമായി. അഞ്ചാം ക്ലാസിൽ വന്നുചേരുന്ന കുട്ടികളെ ആരും പ്രത്യേകം ശ്രദ്ധിക്കുമല്ലോ.

ഒഴിവുനേരങ്ങളിലൊക്കെ അനുജനെ കൂട്ടി നടക്കുന്നതു കാണാം. അങ്ങനെ ഒട്ടേറെ സുഹൃത്തുക്കളെയും അവൻ സമ്പാദിച്ചു.

ഓണപ്പരീക്ഷ കഴിഞ്ഞതിനു ശേഷമാണ്. ഒരു ദിവസം ഞാൻ സ്കൂൾവിട്ടു വരുമ്പോൾ വായനശാലയ്ക്കു മുമ്പിൽ കുമാരൻ കാത്തുനിൽക്കുന്നു. അയൽവാസികളാണെങ്കിലും കുട്ടികളുടെ പഠനകാര്യങ്ങളൊന്നും ഞങ്ങൾ സംസാരിക്കാറില്ല. എന്റെ ക്ലാസിലെ പാവപ്പെട്ട ഏതാനും കുട്ടികളെക്കുറിച്ച് അറിയാനാണ് കുമാരൻ അവിടെനിന്നത്. ഇതെങ്ങനെ അറിഞ്ഞു എന്നു ചോദിച്ചപ്പോൾ മോൻ പറഞ്ഞു എന്നായിരുന്നു മറുപടി.

അങ്ങനെ തീരെ പാവപ്പെട്ട കുട്ടികളെ സഹായിക്കാൻ രക്ഷിതാക്കളുടെ ഒരു കമ്മറ്റിയുണ്ടാക്കി എന്തെങ്കിലും ചെയ്തുകൂടെ എന്നാണ് ചോദ്യം. എന്തു പറയണമെന്നറിയാതെ ഞാൻ അന്തിച്ചു നിന്നു. അക്കാലത്ത് പി.ടി.എ കമ്മറ്റികളൊന്നുമില്ല. കലാമേളകളോ വാർഷികാഘോഷങ്ങളോ പതിവില്ല. പൊതുജനങ്ങളിൽ നിന്നു പിരിവെടുക്കുന്ന രീതിയുമില്ല.

എന്തായാലും ഇക്കാര്യം ഹെഡ്മാസ്റ്ററുടെ ശ്രദ്ധയിൽപ്പെടുത്താമെന്ന് ഞാൻ ഏറ്റു. പിറ്റേന്നുതന്നെ ഉച്ചയൂണിന്റെ നേരത്ത് എല്ലാവരോടുമായി പറയുകയും ചെയ്തു. പല ക്ലാസുകളിലും സഹായമാവശ്യമുള്ള കുട്ടികളുണ്ടെന്ന് അപ്പോഴാണ് മനസ്സിലായത്.

അങ്ങനെയാണ് താന്നിക്കുന്ന് സ്കൂളിൽ ആദ്യമായി രക്ഷിതാക്കളുടെ ഒരു കമ്മറ്റിയുണ്ടാക്കുന്നത്. കുമാരൻ അതിൽ സജീവമാ

യിരുന്നു. കുറെ കുട്ടികൾക്ക് പുസ്തകങ്ങൾ, വസ്ത്രങ്ങൾ - ഇതൊക്കെ വാങ്ങിക്കൊടുക്കാൻ കഴിഞ്ഞു. സ്കൂളിനകത്തും പുറത്തും വലിയ ചലനങ്ങളുണ്ടാക്കി ആ നടപടി. കിഴക്കങ്ങാടി ഭാഗത്തുനിന്ന് ഒട്ടേറെ കുട്ടികൾ അടുത്ത കൊല്ലം താന്നിക്കുന്ന് സ്കൂളിൽ വന്നു ചേരുകയുണ്ടായി.

അയൽക്കാരൻ എന്നതിൽകവിഞ്ഞ അടുപ്പവും സൗഹൃദവും കുമാരനോട് എനിക്ക് തോന്നിത്തുടങ്ങിയതും അതിനുശേഷമാണ്. ഒറ്റത്തടിയായി കഴിയുന്ന ഞാൻ കുമാരനെ വീട്ടിലേയ്ക്കു ക്ഷണിച്ചു വരുത്താൻ തുടങ്ങുന്നതും അങ്ങനെയാണ്. ഞാൻ വാങ്ങി സൂക്ഷിക്കുന്ന പുസ്തകങ്ങളിൽ കൂടുതലും യാത്രാകൃതികളാണെന്നു കണ്ടപ്പോൾ കുമാരന്റെ കണ്ണുകളിലുണ്ടായ തിളക്കം എനിക്കു മറക്കാനാവില്ല.

യാത്ര അയാൾക്ക് വലിയ ഹരമായിരുന്നു. വിവാഹിതനാകുന്നതിനു തൊട്ടുമുമ്പുവരെ അയാൾ നിരന്തരം യാത്ര ചെയ്തിരുന്നു. അയൽനാട്ടിൽ, വിശേഷിച്ച്, കർണാടകയിൽ, അയാൾ പോകാത്ത സ്ഥലങ്ങളില്ല. പലപ്പോഴായി അയാൾ വിസ്തരിച്ചു പറഞ്ഞ യാത്രാനുഭവങ്ങൾ കേട്ടപ്പോൾ ഒരു കാര്യം എനിക്കു ബോധ്യമായി. അധ്യാപകനായ എന്നെക്കാൾ അനുഭവത്തിൽ ഒരുപാടു മുമ്പിലാണ് കുമാരൻ.

ചില യാത്രകൾ ഞങ്ങൾ ഒരുമിച്ചു നടത്തുകയുണ്ടായി. എത്ര ദിവസം നീണ്ടുനിൽക്കുന്ന യാത്രയ്ക്കും ഞാൻ ഒരുക്കമായിരുന്നു. എന്റെ കൈവശം പണവുമുണ്ടല്ലോ. എന്നാൽ കുമാരൻ സമ്മതിക്കില്ല. മക്കളെ വിട്ട് ഒരു ദിവത്തിലധികം മാറിനിൽക്കാൻ അയാൾക്കു വയ്യ. മാത്രവുമല്ല മിക്കദിവസങ്ങളിലും അയാൾക്കു ജോലിയുമുണ്ടാകും.

അന്വേഷണമാണ് മാഷേ, യാത്ര .

ഒരു ദിവസം കുമാരൻ പറഞ്ഞു. അഞ്ചാം ക്ലാസുവരെ മാത്രം പഠിച്ച അയൽക്കാരന്റെ വാക്കുകൾ കേട്ട് ഞാൻ വിസ്മയിച്ചു.

നാം വലിയവർ അന്വേഷണങ്ങൾക്കായി യാത്ര ചെയ്യുന്നു. കുട്ടികൾ അവരുടെ ചുറ്റുപാടിൽതന്നെ അന്വേഷണങ്ങൾ നടത്തുന്നു. ഇത്രയേ വ്യത്യാസമുള്ളൂ.

എന്താണ് കുമാരൻ ഉദ്ദേശിച്ചതെന്ന് എനിക്ക് മനസ്സിലായില്ല.

താൻ പറയുന്നത് സാധൂകരിക്കാനെന്നോണം നാരായണൻകുട്ടി നാലാംക്ലാസിൽ പഠിക്കുമ്പോൾ എഴുതിയ ഒരു കത്തിന്റെ കാര്യം കുമാരൻ എനിക്കുമുമ്പിൽ ഓർത്തെടുത്തു.

തറവാട്ടിൽ കഴിയുന്ന കാലമാണ്. ലീലക്ക് ഇടയ്ക്കിടെ വിളർച്ചയും ക്ഷീണവും തോന്നിയിരുന്നു. കാര്യമായ എന്തോ കുഴപ്പമുണ്ടെന്ന തോന്നലിൽ ഡോക്ടറെ കാണിച്ചു. ചില ടെസ്റ്റുകളൊക്കെ നടത്തി. സംഗതി ഗൗരവം തന്നെ. കരൾ രോഗത്തിന്റെ തുടക്കമാണ്. വീട്ടു ജോലികളിൽ സദാ നേരവും മുഴുകിക്കഴിയുന്നതിനാൽ മൂന്നാലുമാസമായി അലട്ടിക്കൊണ്ടിരിക്കുന്ന ക്ഷീണം അവർ ഗൗനിച്ചില്ല. അതാണു പ്രശ്നമായത്. ഏതായാലും രോഗത്തിന്റെ തുടക്കമാണ്. മാസങ്ങളോളം മരുന്നു കഴിച്ചാൽ ഭേദമാകുമെന്നും ഡോക്ടർ സമാധാനിപ്പിച്ചു.

ഈ വിവരം മംഗലാപുരത്തുള്ള അവരുടെ സഹോദരനെ അറിയിക്കണം. ഒരു കത്തെഴുതണം. നാലാം ക്ലാസുകാരനെക്കൊണ്ടു തന്നെ എഴുതിക്കാനാണ് അവർ തീരുമാനിച്ചത്. മരുമകന്റെ കത്തു കിട്ടുമ്പോൾ അമ്മാവനു സന്തോഷമാവുകയും ചെയ്യുമല്ലോ.

നാരായണൻകുട്ടിയെ അടുത്തു വിളിച്ചിരുത്തി കാര്യം പറഞ്ഞു. അസുഖത്തിന്റെ ഗൗരവം അമ്മാവന് ബോധ്യമാകണം. അതേസമയം ഭയപ്പെടാനില്ലെന്നും മനസ്സിലാക്കണം. എല്ലാം അവൻ മൂളിക്കേട്ടു. സങ്കടത്തോടെ അമ്മയെ നോക്കി. എന്തിന്റെയും വിത്തും വേരും വരെ അന്വേഷിച്ചറിയുന്ന അമ്മാവനെ ഓർത്തു. പിന്നെ കടലാസെടുത്ത് വിസ്തരിച്ചൊരു കത്തെഴുതി.

അതു വായിച്ച് അവന്റെ മാതാപിതാക്കൾ എന്തു ചെയ്യണമെന്നറിയാതെ മുഖാമുഖം നോക്കി. ലീല മകനെ ചേർത്തുപിടിച്ച് മൂർദ്ധാവിൽ ഒരുമ്മകൊടുത്തു. ഒരാൾ മറ്റൊരാളോട് നേരിട്ടു പറയുന്ന മട്ടിൽ, അത്ര നല്ലതായിരുന്നു ആ എഴുത്ത്.

അതൊന്നുമല്ല കുമാരനെ ആഹ്ലാദിപ്പിച്ചത്. രോഗത്തിന്റെ ഗൗരവസ്വഭാവം അമ്മാവനെ ബോധ്യപ്പെടുത്താൻ അവൻ കണ്ടെത്തിയ വഴിയാണ്. അമ്മയുടെ ഒരു സ്കെച്ചു വരച്ചു. അതിൽ കരളിന്റെ ഭാഗം പ്രത്യേകം അടയാളപ്പെടുത്തി. പുറത്തേയ്ക്ക് ഒരു വരവരച്ച് രോഗം പിടിപെട്ട സ്ഥാനം എന്നെഴുതിച്ചേർക്കുകയും ചെയ്തു.

അത്തവണ ഓണത്തിനു നാട്ടിൽ വരുമ്പോൾ മരുമകന് പ്രത്യേകസമ്മാനങ്ങളും കരുതിയിരുന്നു അമ്മാവൻ. കുടുംബത്തിലുള്ള

എല്ലാവരെയും ഇക്കാര്യം അറിയിച്ചതും അമ്മാവൻ തന്നെ.

ഈ തരത്തിൽ കത്തെഴുതാൻ എങ്ങനെ തോന്നി?

കുമാരൻ ചോദിച്ചത്രേ. സയൻസ് ടീച്ചർ മനുഷ്യശരീരത്തെക്കുറിച്ച് പഠിപ്പിച്ചശേഷം അക്കാര്യങ്ങൾ നോട്ടുപുസ്തകത്തിൽ എഴുതിക്കാണിക്കാൻ ആവശ്യപ്പെട്ടിരുന്നു. ഇങ്ങനെ ഒരു ചിത്രത്തിന്റെ സഹായത്തോടെയാണ് നാരായണൻകുട്ടി അതെഴുതിയത്. അതു കണ്ട് തൃപ്തയായ ടീച്ചർ അവനെ പരസ്യമായി അഭിനന്ദിക്കുകയുണ്ടായി.

അവസരം ഒത്തുവന്നപ്പോൾ അവൻ ആ കഴിവ് ഒരുവട്ടംകൂടി പുറത്തെടുത്തു.

കുമാരൻ പറഞ്ഞു. അതു ശരിയാണെന്ന് എനിക്കും തോന്നി.

മാഷിനറിയ്യോ, ഞാൻ മക്കളെ ചുറ്റുപാടും കൊണ്ടു നടന്നു കാണിച്ചുകൊടുക്കാറുണ്ട്.

കുട്ടികളും കുടുംബവുമില്ലാത്ത ഞാൻ കുമാരൻ മക്കളെ വളർത്തുന്ന കഥ ക്ഷമയോടെ കേട്ടിരുന്നു.

***

ഒഴിവു ദിവസങ്ങളിൽ ഉച്ചഭക്ഷണത്തിന് ശേഷം കുമാരൻ മക്കളെയും കൂട്ടി പടിയിറങ്ങിപ്പോകുന്നത് പലതവണ ഞാൻ കണ്ടിട്ടുണ്ട്. ചില ദിവസങ്ങളിൽ നാരായണൻകുട്ടി മാത്രമേ കൂടെകാണൂ. പാടവരമ്പിലൂടെ കിഴക്കോട്ടോ പടിഞ്ഞാറോട്ടോ നടക്കുന്നത് കാണാം. കിഴക്കോട്ടാണെങ്കിൽ കിഴക്കങ്ങാടിയിലേയ്ക്കാണെന്നു കരുതും. നേരെ എതിരാണെങ്കിൽ താന്നിക്കുന്നിലേയ്ക്ക്. ഇതിനിടയിൽ ഒതുങ്ങുന്നതാണ് ഞങ്ങളുടെ കൊച്ചു പ്രദേശം. കിഴക്കങ്ങാടിയിൽ ചെന്നാൽ നാലുവശത്തേയ്ക്കും വാഹനം കിട്ടും. അതൊരൊത്ത അങ്ങാടിയുമാണ്. അതിനെക്കാൾ അടുത്താണ് ഞങ്ങൾക്ക്, താന്നിക്കുന്നങ്ങാടി. അത്യാവശ്യസാധനങ്ങളൊക്കെ അവിടെയും കിട്ടും. തോടങ്ങാടിയിലേക്ക് വല്ലപ്പോഴുമൊക്കെ ജീപ്പുമുണ്ടാവും.

വായനശാലയിൽ കുമാരൻ അംഗത്വമെടുക്കുമ്പോൾ നാരായണൻകുട്ടിയും ഒപ്പമുണ്ട്. മോന് പുസ്തകം വായിക്കാനാണോ മെമ്പറായി ചേരുന്നതെന്ന് കേശവേട്ടൻ ചോദിച്ചതാണ്. മോനും വായിക്കാമല്ലോ- എന്നായിരുന്നു കുമാരന്റെ മറുചോദ്യം.

ഒരുദിവസം കുന്നിറങ്ങി അവർ പുഴക്കരയിലെത്തി. പുഴ വരുന്നതും പോകുന്നതുമായ സ്ഥലങ്ങളൊക്കെ മകനുപറഞ്ഞുകൊടുത്തശേഷം താന്നിപ്പുഴ താന്നിക്കുന്നിനും പരിസരപ്രദേശങ്ങൾക്കും നൽകുന്ന സമൃദ്ധികൾ വിവരിക്കുകയും ചെയ്തു.

പുഴ കാണേണ്ടത് മുകളിൽനിന്നാണ്.

കുമാരൻ പറഞ്ഞു. അച്ഛനെന്താണ് ഉദ്ദേശിക്കുന്നതെന്ന് തിരിയാതെ നാരായണൻകുട്ടി വാപൊളിച്ചു. പിന്നീടാണ് മറ്റുള്ളവരെപ്പോലെ മണ്ണിൽ നിന്നല്ലല്ലോ അച്ഛൻ ജോലി ചെയ്യുന്നതെന്ന് അവൻ ഓർത്തത്. തെങ്ങുകളുടെ മുകളിൽ നിന്ന് പുഴയെ കാണുന്നതിലെ രസം അച്ഛൻ വർണ്ണിക്കുന്നത് കേട്ട് ആ അഞ്ചാം ക്ലാസുകാരൻ വിസ്മയഭരിതനായി. ചെറിയ ഉയരത്തിൽ നിന്നാണെങ്കിൽ പുഴയുടെ ചലനം കാണാം. ഉയരം കൂടുന്നതിനനുസരിച്ച് ചലനം കുറയുകയും ഏറ്റവും മുകളിൽ നിന്നു നോക്കുമ്പോൾ ഒഴുക്കു നിലച്ച്, നിശ്ചലമായിക്കിടക്കുന്ന ജലപ്പരപ്പായി പുഴ രൂപം മാറുകയും ചെയ്യും. ആ കാഴ്ച എത്ര നേരം കണ്ടാലും മതിയാവില്ല. പുഴയോരത്താണ് പണിയെങ്കിൽ മറ്റു പറമ്പുകളിലെപ്പോലെ ഒരുപാടു തെങ്ങുകൾ കേറാൻ അച്ഛനു കഴിയാത്തതിന്റെ രഹസ്യം അപ്പോഴാണവനു മനസ്സിലായത്.

അങ്ങനെ അച്ഛൻ പറയുന്നത് കേട്ടുകൊണ്ടിരിക്കുന്നതിനിടയിൽ നാരായണൻകുട്ടി ഒരു കല്ലെടുത്ത് പുഴയുടെ നടുവിലേക്ക് വലിച്ചെറിഞ്ഞു. കല്ലു ചെന്നു വീണിടത്ത് രൂപം കൊണ്ട ചെറിയ ഓളവൃത്തം വലുതായി വലുതായി സ്വയം മാഞ്ഞുപോകുന്നത് അവൻ കണ്ടു. അച്ഛൻ എന്തുകൊണ്ടാണ് പൊടുന്നനെ നിശ്ശബ്ദനായതെന്നറിയാൻ മുഖത്തേയ്ക്കു നോക്കിയപ്പോൾ അവൻ വിറച്ചു പോയി. അച്ഛന്റെ കണ്ണിൽ വലിയ കനലുകൾ.

നീയെന്താണു കാണിച്ചത്?

പൊട്ടിത്തെറിച്ചുകൊണ്ടുള്ള ചോദ്യത്തിനു മുമ്പിൽ അവൻ വീണ്ടും വിറച്ചു.

പുഴയെ കല്ലെറിയരുത്. അതിനെ വേദനിപ്പിക്കരുത്.

താക്കീത് പോലെ അതു പറഞ്ഞിട്ട് കുമാരൻ ഒന്നു നിശ്വസിച്ചു. വേഗത്തിൽ ശാന്തത കൈവരിച്ച ശേഷം ഇങ്ങനെ തുടർന്നു:

ജലാശയങ്ങൾ, അതേതായാലും, പുഴയായാലും കുളമായാലും

കിണറായാലും അനങ്ങാതെ കിടക്കുന്നത് കാണാനാണ് രസം. അങ്ങനെയാണ് കാണേണ്ടതും.

നാരായണൻകുട്ടി കുറ്റബോധത്തോടെ അതു കേട്ടു. കല്ലെറിഞ്ഞാൽ പുഴയ്ക്ക് വേദനിക്കുമെന്ന അറിവ് സത്യമായും അവനു താങ്ങാവുന്നതിലപ്പുറമായിരുന്നു.

വെള്ളം തലകുത്തി മറിയുന്നത് കാണാൻ കടൽക്കരയിൽ പോകണം. കടൽവെള്ളത്തിന് അനങ്ങാതെ കിടക്കാനറിയില്ല. അതാണ് അതിന്റെ വിധി.

പുഴയിലേയ്ക്കുതന്നെ കണ്ണുനട്ടുകൊണ്ട് അച്ഛൻ പറയുന്നത് നാരായണൻകുട്ടി വിസ്മയത്തോടെ കേട്ടു.

നിങ്ങളെ രണ്ടാളെയും ഞാൻ കടപ്പുറത്ത് കൊണ്ടുപോകുന്നുണ്ട്. കടലു കണ്ടാലേ മനുഷ്യന്റെ മനസ്സു വലുതാകൂ...

കുട്ടികളെയും കൂട്ടി പാടവരമ്പുകളിലൂടെ തലങ്ങും വിലങ്ങും നടക്കുന്നതും കുമാരന്റെ വിനോദമായിരുന്നു. വരമ്പിന്റെ മൂലകളിൽ നിന്ന് വലിയ പാടശേഖരത്തെ ചെറിയ കണ്ടങ്ങളാക്കി തിരിക്കുന്നതിന്റെ യുക്തിയെന്തെന്ന് അയാൾ മക്കൾക്ക് പറഞ്ഞുകൊടുത്തു. ചെറുമീനുകളെയും തവളക്കുഞ്ഞുങ്ങളെയുമൊക്കെ കയ്യിലെടുത്ത് അവയുടെ ജീവിത രഹസ്യങ്ങൾ വിവരിച്ചുകൊടുത്തു. പാടത്തെ പരസ്പരാശ്രിതത്വം മനസ്സിലാക്കിക്കൊടുത്തു.

കിഴക്കങ്ങാടിയിലേക്കു പോകുന്ന വഴിയിൽ നടവരമ്പിൽനിന്ന് അൽപം മാറി ചെറിയൊരു കുളമുണ്ട്. നീർക്കോലിക്കുളം എന്നാണതിന്റെ പേര്. ഏതു കാലത്തും നിറയെ നീർക്കോലികളാണതിൽ. വലിയൊരു കുഴി എന്നു പറഞ്ഞാലും തെറ്റില്ല. ഏതു വരൾച്ചയിലും നീർക്കോലിക്കുളത്തിൽ ജലസമൃദ്ധിയാണ്. ചുറ്റുമുള്ള വയലുകൾ നനയ്ക്കാൻ പണ്ടുകാലത്തുതന്നെ ആരോ കുഴിച്ചതാണത്.

മകരക്കൊയ്ത്തു കഴിഞ്ഞാൽ കുളത്തിനു ചുറ്റുമുള്ള പാടങ്ങളിൽ പച്ചക്കറി കൃഷിചെയ്യുന്ന കുറെപേരുണ്ട്. പാടങ്ങളുടെ ഉടമസ്ഥർ തന്നെയാകണമെന്നില്ല. ആരും അതിന് സമ്മതം കൊടുക്കാതിരിക്കാറുമില്ല. നീർക്കോലിക്കുളത്തിലെ വെള്ളമാണ് കൃഷി ചെയ്യാനെത്തുന്നവരുടെ പ്രലോഭനം.

ഒരുദിവസം കുമാരൻ മക്കളെയുമായി അവിടെയാണ് പോയത്. കുളത്തിലിറങ്ങി തലങ്ങും വിലങ്ങും നീണ്ടു നിവർന്നു കിടക്കുന്ന

നീർക്കോലികളെ പരിചയപ്പെടുത്തുകയാണ് ആദ്യം ചെയ്തത്. മണികണ്ഠൻ ശരിക്കും പേടിച്ചുപോയി. കടിക്കില്ല, വിഷമില്ല എന്നൊക്കെ മനസ്സിലായപ്പോൾ അവനും ധൈര്യം വന്നു. ഇതുപോലുള്ള ഇഴജീവികളെ വേവിച്ചുതിന്നുന്നവരുമുണ്ടെന്ന അറിവ് ഒന്നിനെയും അറപ്പോടെ കാണരുതെന്ന തിരിച്ചറിവിൽ കുട്ടികളെ എത്തിച്ചു.

പുറത്തു കടന്ന് ചുറ്റുപാടുമുള്ള പച്ചക്കറിക്കണ്ടങ്ങളും അവർ ചുറ്റിനടന്നു കണ്ടു. മറന്നുപോയതെന്തോ തിരയുന്ന മട്ടിലാണ് അച്ഛൻ മുമ്പിൽ നടക്കുന്നതെന്ന് നാരായണൻകുട്ടി തിരിച്ചറിഞ്ഞു. തന്റെ അച്ഛൻ വലിയൊരു യാത്രികനാകേണ്ടയാളാണെന്ന് സങ്കടത്തോടെ അവൻ മനസ്സിലാക്കി. എന്തു ചെയ്യാം, തെങ്ങുകളുടെ മുകളിൽ നിന്ന് താഴോട്ടുള്ള കാഴ്ചകളിൽ അച്ഛന്റെ അനുഭവങ്ങൾ അസ്തമിക്കുന്നു.

അന്നുവൈകുന്നേരം വായനശാലയിൽവെച്ച് ഞാൻ കുമാരനെ കണ്ടു. കുട്ടികളെ നാടുകാണിക്കാൻ കൊണ്ടുപോയ കഥ വിസ്തരിച്ച ശേഷം ഒരു ദാർശനികനെപ്പോലെ അയാൾ പറഞ്ഞു:

കുട്ടികളെ പഠിക്കാൻ ഏറ്റവും എളുപ്പം അവരെ നിരീക്ഷിക്കലാണ്. പ്രത്യേകിച്ച് അവർ കളിക്കുമ്പോൾ.

അങ്ങനെയാണ് ഞാൻ ചുറ്റുപാടുമുള്ള കുട്ടികളുടെ കളികൾ നിരീക്ഷിച്ചു തുടങ്ങിയത്. അക്കൂട്ടത്തിൽ കുമാരന്റെ മക്കളുമുണ്ടല്ലോ.

സാറ്റ്

നാരായണൻ കുട്ടിയുടെ നീണ്ട പേര് ഇനിയും അതുപോലെ പറയണമെന്നില്ലല്ലോ. വീട്ടിലും പരിസരങ്ങളിലും അവനെ നാട്ടി എന്നാണ് വിളിച്ചിരുന്നത്. മുത്തശ്ശിയാണത്രേ ആദ്യം അങ്ങനെ വിളിച്ചത്. പേരിന്റെ ആദ്യത്തെയും അവസാനത്തെയും അക്ഷരങ്ങൾ ചേരുമ്പോൾ അങ്ങനെയാകുമല്ലോ. മലർന്നു കിടക്കാൻമാത്രമറിയുന്ന കൊച്ചുകുഞ്ഞിനെ കയ്യിലെടുത്ത് നാരായണൻകുട്ടി എന്ന വലിയ പേരു വിളിക്കുന്നതിനെക്കാൾ എന്തുകൊണ്ടും ഉചിതമാണല്ലോ നാട്ടീ എന്നോ നാട്ടിമോനേ എന്നോ ചുരുക്കിവിളിക്കുന്നത്. മുറ്റിയ ജീവിതാനുഭവങ്ങളായിരിക്കണം മുത്തശ്ശിയെ അങ്ങനെയൊരു പേരിടാൻ പ്രേരിപ്പിച്ചത്.

രണ്ടാമത്തെ കുഞ്ഞ് പെൺകുഞ്ഞാകണമെന്നായിരുന്നു കുമാരന്റെ ആഗ്രഹം. മണ്ഡലകാലം മുഴുവൻ വ്രതമെടുത്ത് ശബരിമലയിൽപോയി അങ്ങനെ പ്രാർത്ഥിക്കുകയും ചെയ്തു. എന്നാൽ ലീല രണ്ടാമതും പ്രസവിച്ചത് ആൺകുഞ്ഞിനെയാണ്. അതിൽ നിരാശനായില്ലെന്നുമാത്രമല്ല, അയ്യപ്പസ്വാമിയുടെ അനുഗ്രഹം ലഭിച്ച കുട്ടിയാണെന്നു പറഞ്ഞ് അവന് മണികണ്ഠൻ എന്നു പേരിടുകയും ചെയ്തു. ആ പേരും മുത്തശ്ശി ഒന്നു പരിഷ്കരിച്ചു. ഇത്തവണ പേര് ചെറുതാക്കുകയല്ല, മറിച്ച് മണികണ്ഠൻകുട്ടി എന്ന് ഒന്നുകൂടി വലുതാക്കുകയാണ് ചെയ്തത്. അവനെ കുട്ടീ കുട്ടീ എന്നു വിളിച്ചുകൊണ്ട് പേര് വലുതാക്കിയതിന്റെ രഹസ്യം മുത്തശ്ശി വെളിപ്പെടുത്തുകയും ചെയ്തു. അങ്ങനെ നാട്ടിയും കുട്ടിയും വീട്ടുകാരുടെ ഓമനകളായി വളർന്നു. അനുജൻമാത്രം ചേട്ടനെ നാട്ട്യേട്ടാ എന്നു വിളിച്ചു പോന്നു.

(സാറ്റുകളി: കുട്ടികളുടെ കളിയാണ്. എത്ര പേർക്കും പങ്കെടുക്കാം. എത്ര സമയവും കളിക്കാം. ഒരാൾ മരത്തിന്റെയോ മറ്റെവി

ടെയെങ്കിലുമോ മുഖം മറച്ചു പിടിച്ച് ഉച്ചത്തിൽ എണ്ണുന്നു. അമ്പതുവരെ എണ്ണുന്നതിനിടയിൽ ബാക്കിയുള്ളവരൊക്കെ ഒളിക്കുന്നു. എണ്ണം അമ്പതായാൽ, അമ്പത് സാറ്റ് എന്ന് ഉറക്കെ പറയണം. പിന്നെ ഒളിച്ചിരിക്കുന്നവരെ കണ്ടെത്തണം.

ഉഷ, നാട്ടുമാവിന്റെ ചുവട്ടിൽ - എന്ന മട്ടിൽ കൃത്യമായി ഒളിച്ചിരിക്കുന്ന ആളെയും സ്ഥലവും വിളിച്ചു പറഞ്ഞാൽ പിടിക്കപ്പെട്ടു. ഇങ്ങനെ എല്ലാവരെയും കണ്ടെത്തണം. ഇതിനിടയിൽ ഒളിച്ചിരിക്കുന്നവർ എണ്ണിയയാളെ കബളിപ്പിച്ച് ഓടിച്ചെന്ന് സാറ്റുമരത്തിൽ തൊട്ട് സാറ്റ് എന്നുപറഞ്ഞാൽ അയാൾ ജയിച്ചു. ഒളിച്ചിരിക്കുന്ന എല്ലാവരും പുറത്തുവന്നാൽ അടുത്ത വട്ടം കളി തുടങ്ങാം.)

പറമ്പിന്റെ ഒത്ത നടുവിൽ ഒരു പാഴ്മരം നിന്നാലെങ്ങനെയുണ്ടാവും? അതുപോലെയാണ് എന്റെ ജീവിതം. ഒറ്റത്തടി. സ്കൂളുള്ള ദിവസങ്ങളിൽ രാവിലെ ഒരു കട്ടൻചായയിട്ടു കുടിക്കും. ബാക്കിയെല്ലാം സ്കൂളിനു മുമ്പിലുള്ള ബിച്ചുവിന്റെ ഹോട്ടൽ ഡിതാന്നിക്കുന്നിൽ നിന്നാണ്. ചില ദിവസങ്ങളിൽ രാത്രി വീട്ടിലെത്തിയാൽ കുറച്ചു കഞ്ഞിവെച്ചാലായി.

ഒഴിവു ദിവസങ്ങളിൽ അതും പറ്റില്ലല്ലോ. വായനയ്ക്കുള്ള ദിവസങ്ങളാണത്. രാവിലെ ചായയും പലഹാരങ്ങളും വേണം. അതു കഴിച്ചാലുടനെ തന്നെ ഉച്ചയ്ക്കുള്ള വിഭവങ്ങളുണ്ടാക്കി വെയ്ക്കും. പിന്നെ വിശപ്പു തോന്നും വരെ ഒറ്റയിരുപ്പാണ്. വല്ലതും കുത്തിക്കുറിക്കുന്നതും ആ സമയത്തുതന്നെ.

ഒരു ശനിയാഴ്ചയാണ് കുട്ടികളുടെ കളികൾ ആദ്യമായി നിരീക്ഷിക്കുന്നത്. വിശാലമായ എന്റെ അടുക്കളയിൽ നിന്നാൽമതി ചുറ്റുപാടും നടക്കുന്നതൊക്കെ വ്യക്തമായി കാണാം. പ്രധാന കെട്ടിടത്തിൽ നിന്ന് അൽപം തള്ളിയ നിലയിൽ മൂന്നുഭാഗങ്ങളിലും വീതികൂടിയ ജാലകങ്ങളുള്ള അടുക്കള അമ്മയുടെ പ്രത്യേക താൽപര്യപ്രകാരം നിർമ്മിച്ചതാണെന്നു കേട്ടിട്ടുണ്ട്. അതെത്ര നന്നായെന്ന് പലപ്പോഴും എനിക്കു തോന്നിയിട്ടുമുണ്ട്.

വടക്കേ പറമ്പിൽ കുട്ടികൾ എത്തിക്കഴിഞ്ഞു. വിശാലമായ പറമ്പിന്റെ ഒരു ഭാഗം ഒഴിഞ്ഞ ഗ്രൗണ്ടാണ്. മറുഭാഗത്ത് പൊളിക്കാൻ മറന്നുപോയപോലെ പഴയൊരു തൊഴുത്തുണ്ട്. അതിനു ചുറ്റും പലതരം മരങ്ങൾ ഇടതൂർന്നു വളർന്നു നിൽക്കുന്നു.

നാട്ടിയുടെ നേതൃത്വത്തിൽ പത്തോളം കുട്ടികളുണ്ട്, കൂട്ടത്തിൽ മൂന്നു നാലു പെൺകുട്ടികളുമുണ്ട്. സാറ്റുകളിക്കുള്ള പുറപ്പാടാണ്. ഞാൻ വേഗം അൽപം അരി കഴുകി അടുപ്പത്തിട്ട് വാതിൽപ്പടിയിൽ ചെന്നിരുന്നു.

പഴയ തൊഴുത്തിന്റെ മുമ്പിലുള്ള പേരമരത്തിൽ മുഖം ചേർത്തു നിൽക്കുകയാണ് നാട്ടി. ബാക്കിയുള്ളവർ ഒളിയിടം കണ്ടെത്താനായി പരക്കം പായുന്നു.

"അമ്പതുവരെ എണ്ണും." നാട്ടി വിളിച്ചു പറഞ്ഞു.

എല്ലാവരും ഒളിച്ചെന്ന് ബോധ്യമായതോടെ അവൻ മുഖം മറച്ചു പിടിച്ചുകൊണ്ടുതന്നെ ഉച്ചത്തിൽ എണ്ണാനും തുടങ്ങി. അമ്പത് എന്ന് ഉറക്കെ വിളിച്ചു പറഞ്ഞതിനുശേഷം പേരയുടെ ചുറ്റും ഒരു വട്ടം നടന്നു. എവിടെയൊക്കെയായിരിക്കും കൂട്ടുകാർ ഒളിച്ചിട്ടുണ്ടാവുക എന്ന് ഊഹിച്ചുനോക്കുകയാണ്. എവിടെയും ലക്ഷണമൊന്നും കാണുന്നില്ല. അവൻ പതുക്കെ, അരിച്ചരിച്ച്, തൊഴുത്തിനകത്ത് കടന്നതും, എതിർ വശത്തെ വൈക്കോൽ കൂനയുടെ മറവിൽ നിന്ന് ഒരുവൾ ഓടിവന്ന് പേരമരത്തിൽ സാറ്റടിച്ചു. ചമ്മിയ മുഖവുമായി നാട്ടി മടങ്ങിവന്നു. വൈക്കോൽ കൂനയിൽ ഇനിയും ആളുണ്ടാവുമെന്നു കരുതി അങ്ങോട്ടു നീങ്ങിയപ്പോൾ ഒറ്റക്കുതിപ്പിന് തൊഴുത്തിന് പിറകിൽ നിന്ന കുട്ടിയും സാറ്റടിച്ചു. അങ്ങനെ നിമിഷങ്ങൾക്കകം എല്ലാവരും സാറ്റടിച്ചപ്പോൾ നാട്ടി തോൽവി സമ്മതിക്കുകയും വീണ്ടും എണ്ണാനൊരുങ്ങുകയും ചെയ്തു. അതിനുമുമ്പ് ഉച്ചത്തിൽ പറഞ്ഞു.

"നൂറുവരെ എണ്ണും."

അതൊരു ബഹളത്തിനു കാരണമായി. സാധാരണ അമ്പതുവരെയാണല്ലോ സാറ്റിന് എണ്ണുന്നത്. ആ പതിവാണ് നാട്ടി തെറ്റിക്കാൻ നോക്കുന്നത്. ഇരട്ടി സമയം വേണ്ടേ നൂറുവരെ എണ്ണാൻ?

നാട്ടി മറുപടിയൊന്നും പറഞ്ഞില്ല. പകരം മുഖം പേരയിൽ ചേർത്തു പിടിച്ച് എണ്ണാൻ തുടങ്ങി: രണ്ട്, നാല്, ആറ്...

അപ്പോഴാണ് ബാക്കിയുള്ളവർക്ക് അതിന്റെ ഗുട്ടൻസ് പിടികിട്ടിയത്. ഇരട്ട അക്കങ്ങൾ മാത്രമാണ് എണ്ണുന്നത്. അവർ വേഗം ഒളിയിടങ്ങൾ തേടി പാഞ്ഞു.

ഇത് കൊള്ളാമല്ലോ എന്ന് എനിക്കും തോന്നി. കളിയിൽ അൽപം കാര്യവും കൂട്ടുന്നത് നല്ലതാണല്ലോ. അടുത്ത തവണ കുട്ടിയാണ് എണ്ണുന്നത്. അവനും രണ്ട്, നാല്, ആറ് എന്നിങ്ങനെ ഇരട്ട അ

ക്കങ്ങൾ മാത്രം എണ്ണി. പിന്നെ ഒരു പെൺകുട്ടി ഒന്ന്, മൂന്ന് എന്നിങ്ങനെ ഒറ്റ അക്കങ്ങൾ മാത്രം എണ്ണി. അതും മാറ്റി രണ്ടക്കങ്ങളും മൂന്നക്കങ്ങളുമൊക്കെ വിട്ടുകളഞ്ഞുകൊണ്ടും എണ്ണാൻ തുടങ്ങി. എപ്പോഴും നിർദ്ദേശങ്ങൾ കൊടുക്കുന്നത് നാട്ടി തന്നെ. എല്ലാവരും വളരെ ആസ്വദിച്ചാണ് കളിയിൽ പങ്കെടുക്കുന്നതെന്നും എനിക്ക് മനസ്സിലായി. സാധാരണ ഒളിക്കാനാണ് എല്ലാവരും ഇഷ്ടപ്പെടുക. ഇവിടെ എണ്ണാനാണ് എല്ലാവർക്കും താൽപര്യം.

"അഞ്ചിന്റെ ഗുണിതങ്ങൾ മാത്രം. ആരെണ്ണും?"

ഒരു ഘട്ടത്തിൽ നാട്ടി ചോദിച്ചു. ഞാൻ ഞാനെന്ന് എല്ലാവരും ഒച്ചയിട്ടു മുന്നോട്ടുവന്നു. ഒരാൾ അങ്ങനെയും എണ്ണി. പിന്നെയാണ് തലതിരിച്ച് എണ്ണുന്നതിലേയ്ക്കു മാറിയത്. കൂട്ടത്തിലെ കുരുന്നുകൾ പോലും എത്ര ആവേശത്തോടെയാണ് ഓരോ തവണയും എണ്ണാനായി മുന്നോട്ടു വരുന്നത്! ഇത് കളിയാണോ കാര്യമാണോ എന്നായി എന്റെ സംശയം. കണക്കു പഠിപ്പിക്കാൻ വലിയ പാടാണെന്നു പരാതിപ്പെടാറുള്ള സഹപ്രവർത്തകരാരും ഈ രീതിയിൽ എന്തെങ്കിലും പരീക്ഷണം നടത്തിയതായി പറഞ്ഞുകേട്ടിട്ടില്ല.

പിറ്റേദിവസം ഏഴാം ക്ലാസിൽ കണക്കുപഠിപ്പിക്കുന്ന വൽസാമ്മ ടീച്ചറോട് ഇക്കാര്യം ഞാൻ സൂചിപ്പിച്ചു. ടീച്ചർ വലിയ താൽപര്യമൊന്നും കാണിച്ചില്ലെന്നു മാത്രമല്ല, ഓ, എന്നാ പറയാനാ മാഷേ, കളിക്കുമ്പം പിള്ളാരങ്ങനെ പല വേലകളും ഒപ്പിക്കും, ക്ലാസിലിരിക്കുമ്പം ഒന്നും അറിയാൻ മേലാന്ന് പറയുകേം ചെയ്യും എന്നു പറഞ്ഞ് എഴുന്നേറ്റ് പോവുകയും ചെയ്തു.

വൈകുന്നേരം വായനശാലയിൽ കുമാരനെ കണ്ടപ്പോൾ മക്കളുടെ സാറ്റുകളിക്കാര്യം ഞാൻ പറഞ്ഞു. കുമാരൻ ചിരിച്ചു. എന്നിട്ടു പറഞ്ഞു.

"ഇതു മാത്രമല്ല മാഷേ. എല്ലാ കളികളിലും അവൻ കുറച്ചുകാര്യം കൂടി ചേർക്കും."

വീട്ടിൽ അനുജനും ചേട്ടനും ചേർന്നുള്ള ചില കളികളെക്കുറിച്ചാണ് പിന്നെ കുമാരൻ പറഞ്ഞത്. വീട്ടിനകത്തുള്ള വസ്തുക്കളുടെ മുഴുവൻ പേരെഴുതിയ കടലാസ് അനുജന് കൊടുക്കും. വായിച്ചുനോക്കാൻ പറയും. എന്നിട്ട് ഏതാനും നിമിഷങ്ങൾക്കകം അതൊക്കെ കാണാതെ പറയണം. രണ്ടുപേരും മുഖാമുഖമിരുന്നും ഇങ്ങനെ കളിക്കും. മറ്റു ചിലപ്പോൾ ചെടികളുടെ പേരാകും എഴു

തുക. പൂക്കളുടെ പേരിലും ചുറ്റുമുള്ള സ്ഥലങ്ങളുടെ പേരിലുമൊക്കെ മത്സരം നടക്കും. ഒരിക്കൽ ഏറെ കൗതുകം തോന്നിയ ഒരു മത്സരം നടന്ന കാര്യവും കുമാരൻ പറയുകയുണ്ടായി. പാഠ പുസ്തകത്തിലെ പാഠങ്ങളുടെ പേരു പറഞ്ഞായിരുന്നു ആ കളി. എല്ലാ വിഷയങ്ങളുടെയും പാഠങ്ങൾ ക്രമം തെറ്റാതെ പറയുന്നതിൽ രണ്ടുപേരും വിജയിച്ചത്രേ.

***

ഞാൻ ദൃക്സാക്ഷിയായ മറ്റൊരു കളിസന്ദർഭം പറയാം. അന്നും അടുക്കളപ്പണിക്കിടയിലാണ് വടക്കേ പറമ്പിൽ കുട്ടികൾ കൂട്ടം കൂടുന്നതു കണ്ടത്. നല്ല വെയിലുള്ള ദിവസമാണ്. അതുകൊണ്ടാകാം എല്ലാവരും തൊഴുത്തിന്റെ നിഴലിൽ വട്ടത്തിലിരുന്നത്. ആ പറമ്പിലും ചുറ്റുമുള്ള മരങ്ങളുടെ പേരു പറഞ്ഞുള്ള കളിയാണ് നാട്ടി അവതരിപ്പിച്ചത്. ഒരാൾ ഒരു മരത്തിന്റെ പേരു പറയണം. അപ്പോഴേയ്ക്കും തൊട്ടടുത്തിരിക്കുന്നയാൾ വേറൊരു മരം കണ്ടെത്തണം. ഒന്നാമൻ പറഞ്ഞ മരത്തിന്റെ പേരിനൊപ്പം സ്വന്തം മരത്തിന്റെ പേരും പറയണം. മൂന്നാമൻ ആദ്യത്തെ രണ്ടുപേർ പറഞ്ഞ പേരുകളും കൂട്ടത്തിൽ സ്വന്തം മരത്തിന്റെ പേരും പറയണം. ഒരു റൗണ്ടു പൂർത്തിയാകുമ്പോഴേയ്ക്കും ഞാൻ പണി നിർത്തിവെച്ച് അവരുടെ കളികാണാൻ തന്നെ തീരുമാനിച്ചു. അവസാനത്തെയാൾ അതുവരെയുള്ളവർ പറഞ്ഞ മുഴുവൻ പേരുകളും തെറ്റാതെ പറഞ്ഞ് എന്നെ അത്ഭുതപ്പെടുത്തി. എത്ര ഗൗരവത്തോടെയാണ് കുട്ടികൾ കളികളിൽ ഏർപ്പെടുന്നത്!

"ഇനി എന്തു കളിക്കും?"

മരത്തിന്റെ കളി ഒരു റൗണ്ട് പൂർത്തിയാപ്പോൾ ആരോ ചോദിച്ചു. ചോദ്യം നാട്ടിയോടാണ്. അവൻ ഒരു നിമിഷം ആലോചിച്ചിട്ടു പറഞ്ഞു:

"ഇനി കായുള്ള മരങ്ങളുടെ പേരുമാത്രം പറയാം."

ഉടനെ അവൻ തെങ്ങ് എന്നു പറയുകയും ചെയ്തു. തൊട്ടടുത്തിരുന്നവൻ തെങ്ങ്, പേര എന്നു പറഞ്ഞിട്ട് അടുത്തയാളിനെ നോക്കി. തെങ്ങ്, പേര, കമുങ്ങ്.... അങ്ങനെ മുന്നേറി.

വീണ്ടും നാട്ടിയുടെ അടുത്തെത്തി.

"ഇനി തിന്നാൻ പറ്റുന്ന കായ്കൾ..." എന്നു പറഞ്ഞ് കളി തുട

ഞാൻ മറ്റൊരാളെ നിയോഗിച്ചു.

"ചാമ്പ."

ആ കുട്ടി ഉറക്കെ വിളിച്ചു പറഞ്ഞു.

"ചാമ്പ, പേര..."

അടുത്തയാൾ ചേർത്തു പറഞ്ഞു. അതങ്ങനെ കറങ്ങി അവസാനം നാട്ടിയിലെത്തി. അവൻ മാവ് കൂടി ചേർത്ത് വൃത്തം പൂർത്തിയാക്കി.

"ഇനി മരം വേണ്ട..."

കുട്ടികൾ ഒന്നടങ്കം പറഞ്ഞു.

"ശരി, മരം വേണ്ട. ഒരു കാര്യം ചെയ്യാം..."

ഒന്നാലോചിച്ചിട്ട് നാട്ടി പറഞ്ഞു: "സ്വാതന്ത്ര്യസമരസേനാനികളാകട്ടെ..."

"ഹായ്..." എന്ന് എല്ലാവരും അതു സമ്മതിച്ചു.

ഒരാൾ ഗാന്ധിജിയിൽ തുടങ്ങി. നെഹ്റു, പട്ടേൽ, ബാലഗംഗാധരതിലകൻ – എന്നിങ്ങനെ അതു പൂർത്തിയായി. പിന്നെ കേരളീയരായ സ്വാതന്ത്ര്യസമരസേനാനികളെ തീരുമാനിച്ചു. അവിടെ ചിലരൊക്കെ തപ്പിത്തടഞ്ഞു. എന്നാലും പാഠപുസ്തകങ്ങളിൽ നിന്ന് ഓർത്തെടുത്ത് അതും പൂർത്തിയാക്കി.

"ഇനി നമുക്കൊരു പുതിയ കളി കളിക്കാം..."

എല്ലാവരെയും ആകാംക്ഷയിൽ നിർത്തി നാട്ടി പറഞ്ഞു.

"ഇപ്പോൾ പരിസ്ഥിതിശാസ്ത്രം, ചരിത്രം എന്നീ വിഷയങ്ങളിലുള്ള കളിയാണ് കളിച്ചത്. ഇനി മലയാളത്തിലുള്ള കളി."

അതെന്തു കളിയെന്നമട്ടിൽ ബാക്കിയുള്ളവർ പരസ്പരം നോക്കി. അൽപനേരം അവരെ സസ്പെൻസിൽ നിർത്തിയ ശേഷം നാട്ടി ചോദിച്ചു:

"പദ്യം കാണാതെ ചൊല്ലാനറിയുന്നവരാരൊക്കെ?"

"എനിക്കറിയാം, എനിക്കറിയാം" – എല്ലാവരും കൈപൊക്കി.

"ശരി, ഒരാൾ ആദ്യം ചൊല്ലട്ടെ."

കുട്ടി തന്നെയാണ് അവന്റെ പാഠപുസ്തകത്തിലെ ഒരു പദ്യം ആദ്യം ചൊല്ലിയത്. എല്ലാവരും അതു മിണ്ടാതെ കേട്ടിരുന്നു. ഒടുവിൽ കയ്യടിക്കുകയും ചെയ്തു. ഇതിലെന്താണിത്ര കളി എന്ന മട്ടിൽ കുട്ടി അന്തംവിട്ടു നോക്കുന്നു.

"ഇനി ഈ പദ്യം താരാട്ടിന്റെ ഈണത്തിൽ ആരു ചൊല്ലും?"

അപ്രതീക്ഷിതമായ ആ ചോദ്യത്തിനു മുമ്പിൽ എല്ലാവരും ഒ

ന്നു പകച്ചു. മൗനം പക്ഷേ, കൂടുതൽ നീണ്ടുനിന്നില്ല. ഒരുവൾ താരാട്ടിന്റെ ഈണത്തിൽ ആ കവിത ചൊല്ലുക തന്നെ ചെയ്തു.

പിന്നെ കവിതകളുടെ ഒഴുക്കായിരുന്നു. നാട്ടിപ്പാട്ടിന്റെ ഈണത്തിൽ, കൊയ്ത്തുപാട്ടിന്റെ ഈണത്തിൽ - അങ്ങനെ തീർത്തും അപരിചിതമായ മത്സരത്തിന്റെ ഒരു മേഖലയാണ് അവർക്കു മുമ്പിൽ തുറക്കപ്പെട്ടത്.

അന്നുമുതൽ, സ്കൂളിൽ, ഞാൻ നാട്ടിയെ പ്രത്യേകം ശ്രദ്ധിക്കാൻ തുടങ്ങി. അച്ചടക്കമുള്ള കുട്ടി. അത്യാവശ്യത്തിനു മാത്രമേ സംസാരിക്കൂ. ഏതു കാര്യവും ഒരിക്കൽ കേട്ടാൽ മതി. ഹൃദിസ്ഥമാകും. ആശയങ്ങൾ വിപുലീകരിച്ചും വിശദീകരിച്ചും പറയുന്നതിൽ പ്രത്യേക കഴിവുണ്ട്. എന്തും സരസമായി പറയും. ബുദ്ധിയുടെ ലക്ഷണമാണല്ലോ അത്. അധ്യാപകർക്കെല്ലാം അവനെ ഇഷ്ടമാണെന്നും എനിക്കു മനസ്സിലായി.

പഠനത്തിൽ മാത്രമല്ല മറ്റുപല മേഖലകളിലും നാട്ടി മിടുക്കു കാണിച്ചു. നന്നായി പ്രസംഗിക്കും. കവിത ചൊല്ലും. കളിക്കളത്തിലിറങ്ങിയാൽ അവിടെയും വേഗത്തിൽ നേതാവാകും. ആറാം ക്ലാസിൽ പഠിക്കുമ്പോഴാണ് സ്കൂളിനെ പ്രതിനിധീകരിച്ച് അവന്റെ സയൻസ് പ്രൊജക്റ്റ് ജില്ലാതല മത്സരത്തിലേയ്ക്ക് അർഹത നേടിയത്. 'തെങ്ങ് ഒരു കൽപവൃക്ഷം' എന്നായിരുന്നു പ്രൊജക്ടിന്റെ പേര്. വേര് മുതൽ ഈർക്കിൽ വരെ തെങ്ങിൽ നിന്നു കിട്ടുന്ന എല്ലാ വിഭവങ്ങളും മനുഷ്യന് ആവശ്യമുള്ളതാണെന്ന് തെളിയിക്കുന്നതായിരുന്നു അവന്റെ പ്രബന്ധം. അച്ഛന്റെ സഹായം അക്കാര്യത്തിൽ വേണ്ടുവോളം കിട്ടിയെന്നതു സത്യമാണ്. എന്നാലും അവനൊരുക്കിയ തെങ്ങിൽ നിന്നുള്ള ഉൽപന്നങ്ങളുടെ പ്രദർശനം എല്ലാവർക്കും ഇഷ്ടമായി. ഞങ്ങൾ മുതിർന്നവർപോലും അതിൽ പലതും ആദ്യമായി കാണുകയായിരുന്നു. അപ്പോൾ പിന്നെ കുട്ടികളുടെ കാര്യം പറയാനുണ്ടോ? ആ വർഷമാണ് ഹെഡ്മാസ്റ്ററായിരുന്ന രായിൻമാഷ് പിരിഞ്ഞത്. യാത്രയയപ്പു യോഗത്തിൽ വെച്ച് ജില്ലാ ശാസ്ത്രമേളയിൽ പങ്കെടുത്ത വകയിൽ നാട്ടിക്ക് പ്രത്യേക സമ്മാനം നൽകുകയുണ്ടായി.

ചൂണ്ട

കുമാരൻ മരിക്കുന്നതിന് ഒരുമാസം മുമ്പുണ്ടായ സംഭവമാണ്. അന്ന് നാട്ടി ഏഴാം ക്ലാസിലാണ്. ഓണക്കാലം. മൂന്നുവശങ്ങളും വയലുകളാൽ ചുറ്റപ്പെട്ട നാടാണല്ലോ താന്നിക്കുന്ന്. മഴക്കാലമായാൽ ചെറുപ്പക്കാരെല്ലാം ചൂണ്ടയിടാൻ പാടത്തേക്കിറങ്ങും. ഇടവരമ്പുകളിലൂടെ നടന്ന് എല്ലാ കയങ്ങൾക്കരികിലും ചൂണ്ട ഇരകോർത്തിടും. പുഴയിൽ നിന്നു കയറിവരുന്ന മീനുകൾ പെറ്റുപെരുകി പാടങ്ങളിലൊക്കെ എത്തിയിട്ടുണ്ടാവും. വരാലാണ് മുഖ്യയിനം. മുഴു, കടു, കരുതല തുടങ്ങിയവയും ധാരാളമുണ്ടാകും.

അക്കൊല്ലം ഓണത്തിന്, അതും തിരുവോണത്തിന്, നാട്ടി അനുജനെയും കൂട്ടി പാടത്തു ചൂണ്ടയിടാൻ പോയ കഥ കുമാരൻ വിശദമായി പറയുകയുണ്ടായി. ഞാനത് അൽപം മാറ്റങ്ങളൊക്കെ വരുത്തി ഒരു കഥപോലെ എഴുതി. വല്ലപ്പോഴുമൊക്കെ എന്തെങ്കിലും കുത്തിക്കുറിക്കുന്ന സ്വഭാവം എനിക്കുണ്ടെന്നറിയാമല്ലോ. രണ്ടു ദിവസം കഴിഞ്ഞ് എഴുതിയതൊക്കെയൊന്നു വായിച്ചു നോക്കിയപ്പോൾ കൊള്ളാമെന്നു തോന്നി. വൈകാതെ ഒരു പത്രത്തിന്റെ വാരാന്തപ്പതിപ്പിൽ അതു പ്രസിദ്ധീകരിച്ചു വന്നു എന്നു പറഞ്ഞാൽ മതിയല്ലോ.

രസമതല്ല. സംഗതി പുറത്തറിഞ്ഞ് കുമാരനോ മകനോ മനപ്രയാസമുണ്ടായെങ്കിലോ എന്നു കരുതി എന്റെ സ്വന്തം അനുഭവം എന്ന മട്ടിലാണ് ഞാനതെഴുതിയത്. ഞാൻ കുട്ടിയായിരിക്കുമ്പോൾ സംഭവിച്ചത് എന്ന മട്ടിൽ. ഞാനും എന്റെ ചേട്ടനും കൂടി ചൂണ്ടയിടാൻ പോയി. നേരം വൈകിയപ്പോൾ ഞങ്ങളുടെ വല്ല്യേട്ടൻ വടിയുമായി തിരക്കിവന്നു എന്നാണ് കഥ. എന്നാൽ സത്യമെന്താണ്? നാട്ടി അവന്റെ അനുജനെയും കൂട്ടി ചൂണ്ടയിടാൻ പോയി. കുമാ

രൻ വടിയുമായി തിരക്കിച്ചെന്നു.

വാരാന്തപ്പതിപ്പിൽ വന്ന എന്റെ കുറിപ്പ് മാറ്റമൊന്നും വരുത്താതെ ഇവിടെ കൊടുക്കുന്നു. കാര്യം നിങ്ങൾക്ക് മനസ്സിലാകുമല്ലോ. നാലാം ക്ലാസിലെ ഓണം എന്നായിരുന്നു തലക്കെട്ട്. കഥ കുട്ടി പറയുകയാണെന്നു കരുതിയാൽ മതി. തലക്കെട്ട് മൂന്നാം ക്ലാസിലെ ഓണം എന്നാണെന്നും കരുതുക. മറ്റു കഥാപാത്രങ്ങളെല്ലാം എന്റെ സൃഷ്ടിയാണ്.

നാലാം ക്ലാസിലെ ഓണം

ടി.കെ. താന്നിക്കുന്ന്

അത്തം മുതൽ പൂക്കളമൊരുക്കുമെങ്കിലും തിരുവോണത്തിന്റെ പൂക്കളമാണ് പൂക്കളം. തലേന്ന് മത്സരിച്ചു പൂ പറിച്ചിട്ടുമുണ്ട്. കുഞ്ഞേട്ടനും കൂട്ടരും താന്നിക്കുന്നുമ്മൽ പോയാണ് ഒരു കൊട്ട നിറയെ തുമ്പയും ഒടിച്ചുകുത്തിയും കൃഷ്ണകിരീടവും കൊണ്ടുവന്നത്. ഞങ്ങളുടെ മൈനർ സെറ്റ് പാടത്തും പറമ്പിലും അരിച്ചുപെറുക്കി കാക്കപ്പൂ സംഘടിപ്പിച്ചു.

തിരക്കിനിടയിൽ അമ്മയും പൂവിടാൻ വന്നുവെന്നു പറഞ്ഞാൽ മതിയല്ലോ. കുറെ സമയമെടുത്തു കളം തീർക്കാൻ. ഇടയ്ക്കിടെ ദൂരെക്കുമാറിനിന്ന് ഓരോരുത്തരായി അഭിപ്രായം പറയും. അതനുസരിച്ച് മാറ്റങ്ങൾ വരുത്തും. ഒടുക്കം എല്ലാവർക്കും തൃപ്തിവന്ന് കളം മതിയാക്കുമ്പോൾ നേരം വൈകിയിട്ടുണ്ട്. നേരെ അടുക്കളയിൽ. ജീരകക്കഞ്ഞിയും പയറിന്റെ ഉപ്പേരിയും പപ്പടവുമാണ് വിഭവങ്ങൾ. മൂക്കറ്റം കുടിച്ചു.

കുഞ്ഞേട്ടന്റെ നേതൃത്വത്തിൽ പര്യടനമാരംഭിച്ചു. അയൽവീടുകളിലൊക്കെ എങ്ങനെയുണ്ട് പൂക്കളങ്ങളെന്നറിയണമല്ലോ. അവരൊക്കെ നേരത്തെ ഇവിടെ വന്നു നോക്കിപ്പോയിട്ടുണ്ട്. പടിഞ്ഞാറയിലെ വത്സലേടത്തി അസൂയയോടെയാണ് മടങ്ങിയത്. കിഴക്കേതിലെ സുധ ആങ്ഹാ, കോളാമ്പിപ്പൂ ഇങ്ങനെ വെയ്ക്കാമോ എന്നും ചോദിച്ചാണ് തിരിച്ചോടിയത്. അവരൊക്കെ എന്താണ് ചെയ്തതെന്നറിയണം. കിഴക്കേതിലൂടെ മേത്തിൽപോയി നടുക്കണ്ടിവഴി കൊല്ലേരിത്തൊടിയിൽ കയറി പടിഞ്ഞാറയിലൂടെ മടങ്ങിയെത്തുമ്പോൾ കുഞ്ഞേട്ടന്റെ മുഖം വികസിച്ചിരുന്നു. മ്മടെ കളം ത

ന്ന്യാടാ ഫസ്റ്റ്. അടുക്കളയിൽ ചെന്ന് അമ്മയോട് റിപ്പോർട്ട് ചെയ്തപ്പോൾ തണുത്ത പ്രതികരണം. ഓ, അതിപ്പോ എല്ലാ കൊല്ലോം അങ്ങനെതന്നല്ലേ.

അമ്മ പച്ചക്കറി നുറുക്കുകയാണ്. അതു നോക്കി അങ്ങനെ ഇരുന്നുപോയി. കുറെ നേരം കഴിഞ്ഞിട്ടുണ്ട്. പുറത്തൊരു തോണ്ടൽ. തിരിഞ്ഞു നോക്കുമ്പോൾ കുഞ്ഞേട്ടൻ. കൂടെ ചെല്ലാൻ കണ്ണുകൊണ്ടു വിളിച്ചു. പതുക്കെ വലിഞ്ഞ് മുറ്റത്തിറങ്ങിയപ്പോൾ ചൂണ്ടകളെല്ലാം റെഡിയാക്കിയിട്ടുണ്ട്. സ്ഥലത്തെ പ്രധാന ചൂണ്ടക്കാരനാണ് കക്ഷി. ഏതു പാടത്ത് എപ്പോൾ ചൂണ്ടയിട്ടാലും മീൻ കൊത്തിയിരിക്കും.

"മ്മക്ക് പോയിനോക്കാം."

കുഞ്ഞേട്ടൻ രഹസ്യം പറഞ്ഞു. "ഞാൻ എപ്പോഴെ റെഡി." മുറ്റത്തുനിന്നുതന്നെ അമ്മയോടു വിളിച്ചു പറഞ്ഞു. അമ്മയ്ക്കു സമ്മതം.

മുറ്റത്തുവെച്ചു തന്നെ ആ രഹസ്യം കുഞ്ഞേട്ടൻ പറഞ്ഞു. നമ്മൾ വല്ല്യപാടത്തേക്കാണ് പോണത്.

അതു കേട്ടതും എനിക്ക് ഹരം കയറി. ഞാൻ രണ്ടു കയ്യും പൊക്കി ഒന്നു ചാടുക തന്നെ ചെയ്തു. ദൂരെയാണ് വലിയപാടം. നിറയെ മങ്കുഴികളാണ്. അതിനിടയിൽ ഒരാൾപൊക്കത്തിൽ നായർ വിത്ത് വിളഞ്ഞു കിടക്കുന്ന പാടങ്ങളും. നട്ടുച്ചയ്ക്കുപോലും കുറുക്കന്മാർ ഓരിയിടുന്ന പരന്ന പാടം. അങ്ങോട്ടാണു പോകുന്നത്. പഴയൊരു തോർത്തുമുണ്ടും വാവട്ടമുള്ള കുപ്പിയും എന്നെ ഏൽപ്പിച്ച് ചൂണ്ടകളുമായി കുഞ്ഞേട്ടൻ മുറ്റത്തിണ്ടുകടന്ന് വരമ്പത്തേക്ക് നടന്നു. പിറകെ ഓടുന്നതിനിടയിൽ ഞാനൊന്നു തിരിഞ്ഞു നോക്കി. അമ്മ നോക്കിനിൽക്കുന്നു.

നടവരമ്പിലെത്തിയപ്പോൾ നടത്തത്തിനു വേഗത കൂടി. സ്രാമ്പ്യയുടെ മുമ്പിലൂടെ തോടിനടുത്തെത്തിയപ്പോൾ കുഞ്ഞേട്ടൻ നിന്നു. തോർത്തുമുണ്ടും കുപ്പിയും വാങ്ങി. കുപ്പി വരമ്പത്തുവെച്ച് തോർത്തു നിവർത്തി ഒരറ്റം എനിക്കു നീട്ടി. തെളിഞ്ഞ തോട്ടുവെള്ളത്തിൽ പരൽമീനുകൾ തിമിർക്കുന്നു. ഒരു കൂട്ടത്തെ കണ്ടതും കോരെടാ എന്ന് കുഞ്ഞേട്ടൻ ആക്രോശിച്ചതും ഞങ്ങളിരുവരും ഒരുമിച്ചു കുനിഞ്ഞു. നിവരുമ്പോഴേയ്ക്കും തോർത്തിലെ വെള്ളം വാർന്നിരിക്കുന്നു. കുറെ കുഞ്ഞുമീനുകൾ ചാടിമറിയുന്നു. എല്ലാ

റ്റിനെയും കുപ്പിയിലാക്കി കുറച്ചു വെള്ളമൊഴിച്ചു. നാലഞ്ചു തവണ കോരൽ ആവർത്തിച്ചപ്പോഴേക്കും കുപ്പിനിറയെ മീനുകളായി.

"ഇനി പോകാം."

തോർത്തുമുണ്ട് പിഴിഞ്ഞ് കുടഞ്ഞുപൊട്ടിച്ച് എനിക്കുതന്നിട്ട് കുഞ്ഞേട്ടൻ നടത്തം തുടർന്നു. "മുള്ളു കുത്താതെ നോക്കിക്കോ" – ഇടയ്ക്ക് തിരിഞ്ഞുനിന്ന് എന്നോടു പറഞ്ഞു. പുല്ലു നിറഞ്ഞ ഇടവരമ്പിൽ അവിടവിടെ കള്ളിമുള്ളുണ്ട്. ചെരിപ്പിടാതെ മുട്ടറ്റമുള്ള ട്രൗസറിൽ നടക്കുന്ന എനിക്ക് മുള്ളുപറ്റാനുള്ള സാധ്യത ഏറെയാണ്.

ഒരുവിധത്തിൽ വലിയ പാടത്തെത്തി. വരമ്പിലിരുന്ന് കുഞ്ഞേട്ടൻ ചൂണ്ട ഓരോന്നായെടുത്ത് ചുരുൾ നിവർത്തി. ഓരോ പരൽമിനിനെ പിടിച്ച് ചൂണ്ടയിൽ കോർത്തു തുടങ്ങി. ഞാൻ ചുറ്റുപാടും കണ്ണോടിച്ചു. കടലിനു നടുവിൽപ്പെട്ടതുപോലെ. വിരലിൽ കുത്തി നിന്നാലേ പുറം ലോകം കാണൂ. ദൂരെ കാവിലെ ആൽമരം കാറ്റിൽ വിറയ്ക്കുന്നു. ഞങ്ങൾ പിന്നിട്ട നടവരമ്പിലൂടെ ആരൊക്കെയോ ഉറുമ്പുകളെപ്പോലെ നീങ്ങുന്നു. പൊടുന്നനെ ഉള്ളിൽ ഒരാളൽ. ഇങ്ങോട്ടാണു പോന്നതെന്ന് വല്ല്യേട്ടനെങ്ങാനും അറിഞ്ഞാൽ അടി ഉറപ്പാണ്. എന്റെ അന്ധാളിപ്പു കണ്ടപ്പോൾ കുഞ്ഞേട്ടനു കാര്യം മനസ്സിലായി.

"പേടിക്കേണ്ട. മ്മക്കു വേഗം മടങ്ങിപ്പോകാം. വല്ല്യേട്ടൻ ഇനി ചോറുണ്ണാനേ വരൂ..."

ചൂണ്ടകൾ പത്തിരുപതെണ്ണമുണ്ട്. എല്ലാറ്റിലും ഇര കോർത്തു കഴിഞ്ഞപ്പോൾ കുപ്പി വരമ്പിന്റെ മൂലയിൽ വെച്ച് തോർത്തുകൊണ്ടുമൂടി ഞങ്ങൾ പുറപ്പെട്ടു. ആദ്യം കണ്ട കയത്തിനരികിൽ നിന്നു. കയത്തിന്റെ മേൽഭാഗത്തു കുഴപ്പമില്ല. വരമ്പിൽ നിന്നു തന്നെ ചൂണ്ടയിടാം. താഴെ വെള്ളമൊഴുകി അൽപ്പ ദൂരം വരെ നെല്ലിനിടയിലൂടെ ഒരു വിടവുണ്ടാകും. വെള്ളത്തിലിറങ്ങി വിടവിന്റെ അറ്റത്തുചെന്ന് ചൂണ്ടയിടണം. ചൂണ്ടക്കമ്പ് ചെളിയിൽ താഴ്ത്തി വെയ്ക്കണം. അതു കഴിഞ്ഞ് അടുത്ത വരമ്പിലെ കയം. അതിനടുത്തത്. അങ്ങനെ കുറച്ചു നടന്നപ്പോൾ ഒരു കാര്യം ഞാൻ കണ്ടുപിടിച്ചു. വളഞ്ഞുതിരിഞ്ഞ് പുറപ്പെട്ടേടത്തേയ്ക്കു തന്നെയാണ് നീങ്ങുന്നത്. അവസാനത്തെ ചൂണ്ടയും ഇട്ടുകഴിഞ്ഞ് നാലഞ്ചടിവെച്ചപ്പോൾ ആദ്യത്തെ മൂലയിലെത്തി. അൽപനേരം അവിടെ വിശ്ര

മിച്ചശേഷം കുപ്പിയുമെടുത്ത് നടത്തം തന്നെ. ഒന്നാമത്തെ ചൂണ്ട യിട്ട കയത്തിനടുത്തെത്തിയപ്പോൾ.. കൊത്തിയിരിക്കുന്നു. വരമ്പിൽ കുത്തിയിട്ട കമ്പിൽനിന്ന് പ്ലാസ്റ്റിക് ചരട് വലിഞ്ഞു മുറുകിക്കിടക്കു ന്നു. കുഞ്ഞേട്ടൻ പതുക്കെ പിടിച്ചുവലിച്ചു. കളകളയെന്ന് ഒച്ചയു ണ്ടാക്കിക്കൊണ്ട് ഒരു മീൻ ചരടിനൊപ്പം അടുത്തുവന്നു. ഒരു വ രാൽ! തരക്കേടില്ല. ചൂണ്ടപൊക്കി അതിനെ കയ്യിലാക്കി ചൂണ്ട യിൽനിന്നു വേർപെടുത്തി. നെല്ലിന്റെ ഒരു മുരട് പിഴുതെടുത്ത് അ തിൽ കോർത്ത് എന്റെ കയ്യിൽ തന്നു. പുതിയൊരു പരലിനെ കോർ ത്ത് ചൂണ്ട വെള്ളത്തിലിട്ടു. മറുവശത്തെ ചൂണ്ട നോക്കി പാടത്തി റങ്ങി. അതിലും കുടുങ്ങിയിട്ടുണ്ട്. അതും വരാൽ തന്നെ. കുറച്ചു കൂടി വലുത്. അവിടെയും പരൽ കോർത്തിട്ടു. അങ്ങനെ ആദ്യ ത്തെ റൗണ്ട് പിന്നിട്ടപ്പോൾ എന്റെ കയ്യിലെ കോമ്പ നിറഞ്ഞിരി ക്കുന്നു. മൂന്നാലെണ്ണമെങ്കിലും വലിയ വരാലുകൾ.

മൂലവരമ്പിൽ കുറച്ചു വിശ്രമം. വെയിലിനു ചൂടേറിവരുന്നു. ദാ ഹിക്കുന്നുമുണ്ട്. ഒരു തൊപ്പിയെടുക്കാമായിരുന്നു. വെയിലു തട്ടി യാൽ എനിക്കു ജലദോഷം വരും. ഒന്നുമോർക്കാതെ ചാടിപ്പുറ പ്പെട്ടതു കുഴപ്പമായോ?

കുഞ്ഞേട്ടന് അത്തരം വിചാരങ്ങളൊന്നുമില്ല. മൂപ്പർ അടുത്ത റൗണ്ട് തുടങ്ങി. മിക്കവാറും എല്ലാ ചൂണ്ടയിലും മീനുണ്ടായിരു ന്നു. എങ്കിലും ചിലത് സ്ഥലം മാറ്റിയിട്ടു. കാരണം തിരക്കിയപ്പോൾ, അവിടെ ഇനി ശരിയാകില്ല എന്ന മറുപടിയാണ് കേട്ടത്. അങ്ങനെ നാലഞ്ചുവട്ടം കറങ്ങി വന്നതോടെ മീൻ കോമ്പകളുമായി എനി ക്കു നടക്കാൻ വയ്യാതായി.

കടുത്ത ദാഹം. നേരം എത്രയായെന്ന് ഒരു പിടിയുമില്ല. വല്യേ ട്ടനെങ്ങാനും അറിഞ്ഞാൽ.... കുഞ്ഞേട്ടന് ഒട്ടും പേടിയില്ല, തോട ങ്ങാടിയിലൊക്കെ തനിച്ചുപോകുന്നതാണ്. എന്റെ സ്ഥിതി അത ല്ല. സ്കൂളിലേയ്ക്കു പോലും തനിച്ചുപോകാറില്ല. പേടി എന്നെ പൊതിയാൻ തുടങ്ങി. മടങ്ങിപ്പോകാമെന്നു പറഞ്ഞു നോക്കി. ഏ ശുന്നില്ല. മീനിന്റെ കൊയ്ത്തല്ലേ! എങ്ങനെ മടങ്ങും.

ഒന്നുരണ്ടു വട്ടം കൂടി നടന്നുവന്നപ്പോൾ ഞാൻ ശരിക്കും തളർ ന്നു. എനിക്കു കരച്ചിൽവന്നു. ഓണമായിട്ട് തല്ലു വാങ്ങേണ്ടിവരു ന്നതോർത്ത് കണ്ണിൽ ഇരുട്ടുകയറി. അപ്പോൾ കുഞ്ഞേട്ടൻ കുപ്പി യെടുത്ത് കാണിച്ചു:

"ഈ പരലു തീർന്നാൽ പോകാം."

ആശ്വാസം. കുറച്ചെണ്ണമേയുള്ളൂ. അതിനിടയിൽ ഞങ്ങൾ മറ്റൊരുകാര്യം ചെയ്തിരുന്നു. കറ്റകെട്ടാൻ ആരോ കൊണ്ടുവന്നിട്ട ബലമുള്ള പനനാരിലേയ്ക്ക് മീനുകളെ മാറ്റിക്കോർത്തു. ഏറ്റവും വലിയ മീനുകളെ രണ്ടു കോമ്പകളാക്കി വേറെ കോർത്തു. കോമ്പകളെന്നാൽ എന്റെയത്ര വലുപ്പമുള്ള കോമ്പകൾ.

അതെല്ലാം വരമ്പത്തുവെച്ച് എന്നെ കാവലിരുത്തി കുഞ്ഞേട്ടൻ നടന്നു. മടങ്ങിവന്നത് കുറെ മീനുകളും ഏതാനും ചൂണ്ടകളുമായാണ്. പരൽ തികഞ്ഞില്ലെന്നർത്ഥം. എനിക്ക് സമാധാനമായി. ഉടനെ മടങ്ങാമല്ലോ.

കത്തുന്ന വെയിലാണ്. തൊണ്ട വരളുന്നുണ്ട്. എങ്കിലും പിടയ്ക്കുന്ന വമ്പൻ മീനുകൾക്ക് കാവലിരിക്കാൻ വല്ലാത്ത സുഖം. ചില രാത്രികളിൽ വല്ല്യേട്ടന്റെ കൂടെ ഒറ്റാൻ പോകാറുള്ളത് ഓർത്തു. മീൻ കോമ്പയുമായി ഞാൻ വരമ്പിൽ നിൽക്കും. വല്ല്യേട്ടൻ ഒറ്റാലുമായി പാടം നിറഞ്ഞു നടക്കും. എന്നാലും ഇതിന്റെ നാലിലൊന്നു മീൻ കിട്ടാറില്ല. ഒരിക്കൽ അടുത്തെവിടെയോനിന്ന് കുറുക്കൻ ഓരിയിട്ടതും ഞാൻ വലിയ വായിൽ കരയുന്നതു കേട്ട് വല്ല്യേട്ടൻ ഒറ്റാലോടെ ഓടിവന്ന് എന്നെയും കൂട്ടി തിരികെ നടന്നതുമോർത്തപ്പോൾ ചിരിച്ചുപോയി.

ബാക്കി ചൂണ്ടകളും അവസാന റൗണ്ടിലെ മീനുകളുമായി കുഞ്ഞേട്ടൻ വന്നു. അതിൽ വലിയ കോമ്പയിലേയ്ക്കുള്ള ഒന്നുണ്ടായിരുന്നു. അന്നത്തെ ഏറ്റവും വലിയ മീൻ.

"ഓ, പോകാന്തോന്നണില്ല." കോമ്പകൾ ശരിയാക്കുന്നതിനിടയിൽ കുഞ്ഞേട്ടൻ പറഞ്ഞു.

ഞാൻ എണീറ്റുനിന്ന് മടങ്ങിപ്പോകാനുള്ള വഴിയിലേയ്ക്കുനോക്കി. അപ്പോൾ അതിവേഗം ഒരാൾ നടന്നുവരുന്നു. ആര്? വല്ല്യേട്ടൻ.

കണ്ണിൽ ഇരുട്ടുകയറി. ശരീരമാകെ വിറച്ചു. എന്താണു വിളിച്ചു പറഞ്ഞതെന്നറിയില്ല. കുഞ്ഞേട്ടനും എണീറ്റു. പടച്ചോനേ എന്നൊരു വിളി എന്റെ പിറകിലുയർന്നു. കുഞ്ഞേട്ടൻ മനസ്സാന്നിധ്യം വീണ്ടെടുത്തു കാണണം.

"വാ, മ്മക്കങ്ങോട്ടു നടക്കാം." എന്നും പറഞ്ഞ് എന്റെ മുമ്പിൽ കടന്ന് നടക്കാൻ തുടങ്ങി. രണ്ടു ചെറിയ മീൻകോമ്പയും ചൂണ്ട

ക്കെട്ടുമായി ഞാൻ പിറകെ. എടുത്താൽ പൊങ്ങാത്ത രണ്ടു കോമ്പകളുമായി ചെറിയ വരമ്പിലൂടെ പ്രയാസപ്പെട്ടാണ് കുഞ്ഞേട്ടൻ നടക്കുന്നത്.

ഞാൻ ഏന്തിവലിഞ്ഞുനോക്കി. വല്ല്യേട്ടൻ കൊള്ളിയാൻപോലെയാണ് വരുന്നത്. അടിമുടി ദേഷ്യത്തിലാണ്. അടി ഉറപ്പാണ്. കൈകാലുകൾ വിറയ്ക്കുന്നുണ്ട്. ഗുരുതരമായ പ്രശ്നമാണ്. ചോദ്യവും ഉത്തരവും ഒന്നുമുണ്ടാവില്ല. എന്തു ധൈര്യത്തിലാണ് കുഞ്ഞേട്ടൻ മുമ്പിൽ നടക്കുന്നതെന്നറിയില്ല. വേച്ചുവേച്ച് ഞാനും നീങ്ങി.

കുറച്ചുനടന്നപ്പോൾ ഞങ്ങൾ നിന്നു. അൽപമകലെ വല്ല്യേട്ടൻ നിന്നു കത്തുകയാണ്. ഒന്നും ചോദിക്കുന്നില്ല.

അപ്പോൾ കുഞ്ഞേട്ടൻ പണി പറ്റിച്ചു. ആയാസത്തോടെ രണ്ടു കോമ്പകളും ഉയർത്തിക്കാട്ടി. നിമിഷാർദ്ധത്തിൽ വല്ല്യേട്ടന്റെ നോട്ടം കോമ്പയിലുടക്കി. പിടയ്ക്കുന്ന വമ്പൻ വരാലുകൾ ! ഒരു രാത്രി മുഴുവൻ ഒറ്റിയാലും ഇതിന്റെ പകുതി കിട്ടില്ല. ഞാൻ വ്യക്തമായി കണ്ടു, നിന്നനിൽപ്പിൽ വല്ല്യേട്ടൻ നെടുതായൊന്നു നിശ്വസിച്ചു. പിറകിൽ കെട്ടിയ കൈകൾ നിവർത്തിയിട്ടു. അപ്പോഴാണ് അതു കണ്ടത്. വലതുകയ്യിൽ വലിയൊരു വടി. ഞങ്ങൾ കാണാത്ത മട്ടിൽ വടി താഴെയ്ക്കിട്ടു. പതുക്കെ അടുത്തുവന്നു. ഒരു മീൻകോമ്പ പിടിച്ചുനോക്കി. പിന്നെ രണ്ടാമത്തേതും വാങ്ങി.

"നേരം എത്രയായീന്നറിയോ? ചോറു വിളമ്പാൻ നോക്കുമ്പോ നിങ്ങളെ കാണുന്നില്ല." ഞങ്ങൾ ഒന്നും മിണ്ടിയില്ല.

"അമ്മ ബേജാറായിരിക്ക്യാ. ഇവനേം കൂട്ടി ഇങ്ങോട്ടുപോരുംന്ന് വിചാരിച്ചില്ല."

എന്നെ മുമ്പിലേയ്ക്കു മാറ്റിനിർത്തി വല്ല്യേട്ടൻ പറഞ്ഞു.

ഞങ്ങൾ മടങ്ങിപ്പോരുകയാണ്. മുമ്പിൽ ചെറിയ കോമ്പയുമായി ഞാൻ. നടുവിൽ വമ്പൻ കോമ്പകളുമായി വല്ല്യേട്ടൻ. പിറകിൽ ഇടത്തരവുമായി കുഞ്ഞേട്ടനും.

അമ്മ വരമ്പത്തു വന്നുനിൽക്കുന്നുണ്ട്. ആദ്യമൊന്നു കയർത്തു. പിന്നെ അടങ്ങി.

"ഇതു പൊരിച്ചിട്ടുമതി ഇന്നിനി ചോറ്."

മുറ്റത്തെത്തിയപ്പോൾ വല്ല്യേട്ടൻ പറഞ്ഞു.

പൊരിക്കുക മാത്രമല്ല, മുളകും പുളിയുമൊക്കെയിട്ട് കറിയും

വെച്ചു അമ്മ. അതുപോലൊരോണം പിന്നീടുണ്ടിട്ടില്ല. എപ്പോഴും ഓർമ്മയിൽ ഓടിയെത്തുന്ന ഓണം. നാലാം ക്ലാസിലെ ഓണം.

***

ചൂണ്ടക്കഥ എങ്ങനെയുണ്ട്? ഇതു പറഞ്ഞ് ഒരുപാട് നേരം കുമാരൻ ചിരിക്കുകയുണ്ടായി. കുട്ടികളെ തല്ലാനൊന്നും ഉദ്ദേശിച്ചിരുന്നില്ല. ഒന്നു പേടിപ്പിക്കണം എന്നേ കരുതിയുള്ളൂ. രാവിലെ എല്ലാവരും കൂടിയാണ് മുറ്റത്ത് പൂക്കളമിട്ടത്. ഓണക്കഞ്ഞിയും കുടിച്ച് വെറുതെ താന്നിക്കുന്നിലേയ്ക്ക് നടന്നതാണ് കുമാരൻ. വർഷത്തിൽ വളരെ കുറച്ചു ദിവസങ്ങളേ അങ്ങനെയൊക്കെ നടക്കാൻ അയാൾക്കു കിട്ടുകയുള്ളൂ. വൈകുന്നേരങ്ങളിൽ, ജോലി കഴിഞ്ഞ ശേഷം, പോകുന്നതുപോലെയല്ലല്ലോ ഓണത്തിനു രാവിലെ അങ്ങാടിയിൽ ചെല്ലുന്നത്. കുറച്ചുനേരം പലരുമായും വർത്തമാനമൊക്കെ പറഞ്ഞിരുന്നു സമയം പോയി. ഉച്ചയോടെ ഓണസദ്യയുണ്ണാൻ ഒരുങ്ങിയാണ് വീട്ടിൽ തിരിച്ചെത്തുന്നത്. അപ്പോൾ കുട്ടികളെ കാണുന്നില്ല. ചോദിച്ചപ്പോൾ ചൂണ്ടയിടാൻ പോയെന്ന് ഭാര്യ നിസ്സാരമട്ടിൽ പറയുകയും ചെയ്തു. വീണ്ടും പാടത്തിറങ്ങി ചുറ്റുവട്ടങ്ങളിലൊക്കെ നോക്കിയെങ്കിലും കണ്ടില്ല. കുട്ടി മൂന്നാം ക്ലാസിൽ പഠിക്കുന്ന കൊച്ചുകുഞ്ഞല്ലേ? അവനെയും കൂട്ടി ചേട്ടൻ എവിടെ പോയെന്ന ആധിയായി. അപ്പോഴാണ് കുട്ടികൾ വലിയ പാടത്തുണ്ടെന്ന് വരമ്പിലൂടെ നടന്നുപോയ ആരോ പറഞ്ഞത്. കുമാരന്റെ ഉള്ളിലൂടെ ഒരു തീപ്പന്തം കടന്നുപോയി. മുതിർന്നവർ പോലും തനിച്ചുപോകാത്ത കുണ്ടൻ പാടങ്ങളാണ്. പിന്നെ ഒന്നും ഓർത്തില്ല. കയ്യിൽ കിട്ടിയ ഒരു കമ്പുമായി വലിയ പാടത്തേക്കു നടന്നു.

ജീവിതത്തിൽ കഴിച്ച ഏറ്റവും നല്ല ഓണസദ്യയായിരുന്നു അതെന്നും കുമാരൻ പറയുകയുണ്ടായി. ലീലയ്ക്കും വലിയ ആഹ്ലാദമായിരുന്നു. ആദ്യമായാണ് കറിവെയ്ക്കാനുള്ള മീനുമായി കുട്ടികൾ വരുന്നത്. ചൂണ്ടയിടലൊക്കെ ഒരു നേരംപോക്കായേ അതുവരെ അവർ കണ്ടിരുന്നുള്ളൂ.

പിന്നെ അധികകാലം കുമാരൻ ജീവിച്ചിരുന്നില്ലല്ലോ. വൃശ്ചികമാസത്തിലാണ് അപകടം സംഭവിച്ചത്. ഞാനപ്പോൾ സ്ഥലത്തില്ല. സ്കൂളിന്റെ ഒരാവശ്യത്തിന് തോടങ്ങാടിയിൽ പോയതാണ്. വൈകുന്നേരം മടങ്ങിയെത്തുമ്പോൾ താന്നിക്കുന്ന് മൂകമായിരിക്കുന്നു.

റേഷൻ ഷാപ്പിൽ നിന്നാണ് അപ്രതീക്ഷിതമായി ആ വാർത്ത കേട്ടത്. കൊയ്‌ലേറ്റക്കാരൻ കുമാരൻ തെങ്ങിൽനിന്നു വീണു. നേരെ വീട്ടിലെത്തി. ബന്ധുക്കളെല്ലാം എത്തിയിട്ടുണ്ട്. ശരീരം പോസ്റ്റുമോർട്ടത്തിനായി മെഡിക്കൽ കോളേജിലേയ്ക്ക് കൊണ്ടുപോയിരുന്നു.

കുട്ടികളെ അടുത്തു വിളിച്ച് അവരോടൊപ്പമിരുന്നു. ഇരുവരും കരഞ്ഞു തളർന്നിരുന്നു. വെറുതെ അവരുടെ പുറംതടവി അടുത്തിരിക്കുകയല്ലാതെ മറ്റെന്തു ചെയ്യും? ഇരുട്ടു വീണതിനുശേഷമാണ് മൃതദേഹം കൊണ്ടുവന്നത്. രാത്രിയിൽ തന്നെ സംസ്കാരച്ചടങ്ങുകളും നടന്നു. ക്ഷീണിച്ചവശനായ നാട്ടി കർമ്മങ്ങൾ കഴിഞ്ഞതോടെ തളർന്നുവീഴുകയായിരുന്നു.

കുടുംബാംഗങ്ങൾ കുറച്ചുകാലം അവരോടൊപ്പം നിന്നു. പിന്നെ ഓരോരുത്തരായി മടങ്ങിപ്പോയി. കുട്ടികൾ ദിവസങ്ങളോളം കരച്ചിൽ കടിച്ചുപിടിച്ചാണ് സ്കൂളിൽ വന്നുകൊണ്ടിരുന്നത്. എല്ലാവരും അവർക്ക് പ്രത്യേക പരിഗണന നൽകി. ഒന്നിടവിട്ട ദിവസങ്ങളിൽ അവരെ വീട്ടിൽ വിളിച്ചു കുറച്ചുനേരം വർത്തമാനം പറയാൻ ഞാനും ശ്രമിച്ചു. പതുക്കെ പതുക്കെ അവർ ജീവിതവുമായി പൊരുത്തപ്പെട്ടു.

ലീലയ്ക്ക് പാടത്തെ പണികളൊക്കെ അറിയാം. നന്നായി കൊയ്യുകയും ചെയ്യും. പറമ്പിൽ അത്യാവശ്യം നാളികേരവുമുണ്ട്. കപ്പയും കാച്ചിലുമൊക്കെ കൃഷിചെയ്യാറുമുണ്ട്. എല്ലാംകൂടി വലിയ മുട്ടില്ലാതെ അവർ ജീവിതത്തെ മുന്നോട്ടു കൊണ്ടുപോയി. ഒഴിവുദിവസങ്ങളിൽ നാട്ടിയും പറമ്പിൽ പണിയെടുക്കും. സഹായിയായി കുട്ടിയും ഒപ്പമുണ്ടാകും. അവർ വേർപിരിഞ്ഞു നടക്കുന്നതു ഞാൻ കണ്ടിട്ടേയില്ല. സഹോദരങ്ങൾ എന്നതിനെക്കാൾ നല്ല സുഹൃത്തുക്കളായിരുന്നു അവർ.

കൊയ്ത്തുകാലമായാൽ അമ്മയും മക്കളും ഒരുമിച്ചാണ് കൊയ്യാനിറങ്ങുന്നത്. ലീലയും നാട്ടിയും വേഗത്തിൽ കൊയ്യുമ്പോൾ അവർ കെട്ടിവെയ്ക്കുന്ന ചിറ്റുകൾ കുട്ടി ഓരോന്നായി വരമ്പിൽ കൊണ്ടുവെയ്ക്കും. അക്കാലത്തൊക്കെ കൊയ്ത്തുകാർ തന്നെയാണ് കറ്റകെട്ടുന്നത്. അതിന് പ്രത്യേകം ചുമട്ടുകാരെ ഏൽപ്പിക്കുന്ന പതിവ് പിന്നീടാണുണ്ടായത്. കുറെ കൊയ്തു കഴിഞ്ഞാൽ നാട്ടി കറ്റകെട്ടാൻ തുടങ്ങും. ഒരുപാടു ചിറ്റുകൾ തലയിലെടുക്കാൻ അവ

നു കഴിയില്ലല്ലോ. കൊയ്ത്തു കഴിഞ്ഞിട്ടു കറ്റകെട്ടാൻ നിന്നാൽ തീരുകയുമില്ല. അവസാനം ഒന്നുരണ്ടു കറ്റകൾ ലീലയും തലയിലേറ്റി കൊണ്ടുപോകാറുണ്ട്.

പിറ്റേദിവസം രാവിലെതന്നെ ലീല കറ്റമെതിക്കാൻ പോകും. മക്കളെ സ്കൂളിലേയ്ക്കയച്ചാൽ പിന്നെ മറ്റൊന്നും നോക്കാനില്ലല്ലോ. ഉടമസ്ഥരുടെ വീട്ടുമുറ്റത്ത് കൂട്ടിയിട്ട കറ്റകൾ കെട്ടഴിച്ച് ഓരോ ചിറ്റായെടുത്ത് തല്ലിക്കൊഴിച്ചോ ചവിട്ടിമെതിച്ചോ കതിരുകളെ വേർപെടുത്തണം. മെതി കഴിഞ്ഞാൽ പതിരൊക്കെ പാറ്റിക്കൊഴിച്ച് നെല്ലു കൂട്ടിയിട്ടും. ഉടമസ്ഥൻ വലിയ പറവെച്ച് അളന്നെടുക്കും. അക്കാലത്തൊക്കെ എട്ടിനൊന്നാണ് പതം. അതിനുമുമ്പ് പത്തിനൊന്നായിരുന്നു. കിട്ടുന്ന പതം ചാക്കിലാക്കി തലയിലേറ്റി ലീല വീട്ടിലേയ്ക്ക് മടങ്ങും. ചില ദിവസങ്ങളിൽ കുട്ടികൾ സ്കൂൾ വിട്ട് വന്നാൽ പുസ്തകങ്ങൾ വീട്ടിൽ വെച്ച് നേരെ അമ്മ മെതിക്കുന്നിടത്തേയ്ക്ക് പോകാറുണ്ട്. എവിടേയ്ക്കാണ് പോകുന്നതെന്ന് രാവിലെ പറയുന്നതിനാൽ അവർക്ക് എളുപ്പമാണ്. മെതിക്കുന്ന വീട്ടിൽ നിന്ന് ലീലയ്ക്കുള്ള ഉച്ചഭക്ഷണം കിട്ടുകയും ചെയ്യും. അത്തരം ദിവസങ്ങളിൽ പതം കിട്ടിയ നെല്ലുമായി മൂവരും കൂടി ഇരുട്ടത്തു മടങ്ങിവരുന്നത് കാണാം.

ആ വർഷം സ്കൂളടച്ചു. അവധിക്കാലമായി. നാട്ടി ഏഴിൽനിന്നും കുട്ടി മൂന്നിൽ നിന്നും ജയിക്കുമെന്ന കാര്യത്തിൽ ഇരുവർക്കും സംശയമില്ല. പുതിയ സ്കൂൾ വർഷത്തിൽ പുതിയ ക്ലാസിലിരിക്കണമെങ്കിൽ പാഠപുസ്തകങ്ങൾ വേണ്ടേ? നോട്ടുപുസ്തകങ്ങൾ വേണ്ടേ? അവധിക്കാലം തുടങ്ങുന്നതിനുമുമ്പ് തന്നെ നാട്ടി ഇതൊക്കെ ആലോചിച്ചിരുന്നു.

അച്ഛനുണ്ടായിരുന്നപ്പോൾ ഒന്നിനും ഒരു ബുദ്ധിമുട്ടുമുണ്ടായിരുന്നില്ല. ഇനിയിപ്പോൾ അമ്മയുടെ കൈവശം അത്രയും പണമെവിടെ? ബന്ധുക്കളുടെ മുമ്പിൽ ചെന്നു ചോദിക്കുന്നതും ശരിയല്ല.

പുസ്തകങ്ങളും മറ്റു പഠനസാമഗ്രികളും വാങ്ങാനുള്ള പണത്തിനായി നാട്ടി കണ്ടെത്തിയ വഴി വേറിട്ടതായിരുന്നു. തനി നാടൻ കളി. അതൊരു വല്ലാത്ത കഥയാണ്.

ഏല മുല്ല

അണ്ടിയേറ് അഥവാ അണ്ടികളി: കശുവണ്ടി ഉപയോഗിച്ചുള്ള കളിയാണ്. കളിക്കാനുപയോഗിക്കുന്ന ചെറിയ അണ്ടി കളിയണ്ടി. എറിയാനുപയോഗിക്കുന്ന വലിയ അണ്ടി ഏറണ്ടി. ചുരുങ്ങിയത് രണ്ടു പേർക്കോ അതിലധികം എത്ര പേർക്കോ പങ്കെടുക്കാവുന്ന കളിയാണ്. നിരപ്പായ തറയിൽ നീളത്തിൽ ഒരു വര വരയ്ക്കണം. പത്തടി മാറി മറ്റൊരു സ്ഥാനം അടയാളപ്പെടുത്തണം. ഇവിടെ നിന്നാണ് കളിക്കേണ്ടത്. കളിയിൽ പങ്കെടുക്കുന്നവർ ഓരോ അണ്ടി വീതം (ഇത് രണ്ടുവീതമോ മൂന്നു വീതമോ ഇഷ്ടം പോലെ എടുക്കാം) എടുക്കുന്നു. നറുക്കെടുത്തോ മറ്റേതെങ്കിലും രീതിയിലോ കളിക്കുന്നതിന്റെ ക്രമം തീരുമാനിക്കണം. ആദ്യം കളിക്കേണ്ടയാൾക്ക് എല്ലാവരും അണ്ടികൈമാറണം. അയാൾ കളിക്കേണ്ട സ്ഥലത്തു വന്നു നിന്ന് അണ്ടികളെല്ലാം വലതുകൈയിൽ പിടിച്ച് പത്തടി ദൂരെയുള്ള വരയുടെ അടുത്തെയ്ക്ക് എറിയണം. വരയ്ക്കു മുകളിൽ വീഴുന്നതൊക്കെ ഏല. വരയ്ക്കു താഴെ വീഴുന്നതൊക്കെ മുല്ല. അതിനുശേഷം ഏതിനാണ് ഏറിയേണ്ടതെന്ന് ബാക്കി എല്ലാവരും കൂടി തീരുമാനിച്ച് കളിക്കാരനോടു പറയണം. ഒരു തവണ ഒരണ്ടിയ്ക്ക് എറിയാനേ പറയാവൂ. കളിക്കാരൻ മറ്റുള്ളവർ നിർദ്ദേശിച്ച അണ്ടിയെ കൈവശമുള്ള ഏറണ്ടികൊണ്ട് എറിഞ്ഞു തെറിപ്പിക്കണം. നിർദ്ദേശിച്ചതല്ലാത്ത വേറെ ഒരണ്ടിയും ഇളകാൻ പാടില്ല. അങ്ങനെ തെറിപ്പിച്ചാൽ കളത്തിലുള്ള മുഴുവൻ അണ്ടിയും കളിക്കാരന് സ്വന്തമാക്കാം. ഇല്ലെങ്കിൽ അടുത്തയാൾ കളിക്കും. ആരാണോ കൃത്യമായി അണ്ടി എറിഞ്ഞു തെറിപ്പിക്കുന്നത് അതുവരെ ഒരു റൗണ്ട് കളി നീണ്ടുപോകും. പിന്നെ വീണ്ടും എല്ലാവരും അണ്ടികൾ എടുത്ത് അടുത്ത റൗണ്ട് തുടങ്ങും.

കളിയിൽ വേറെയും ചില നിയമങ്ങളുണ്ട്. നിർദ്ദേശിച്ച അണ്ടി മാത്രമേ എറിഞ്ഞു തെറിപ്പിക്കാവൂ എന്നു പറഞ്ഞല്ലോ. അഥവാ വേറെ ഏതെങ്കിലും അണ്ടിക്ക് സ്ഥാനചലനമുണ്ടായാൽ അതിന് പാട എന്നുപറയും. അങ്ങനെ സംഭവിച്ചാൽ കളിച്ചയാൾ ഫൈനായി ഒരണ്ടി (ഓരോന്നാണ് എടുത്തതെങ്കിൽ) കൂടി ചേർത്ത് വീണ്ടും കളിക്കണം. വീണ്ടും പാടയായാൽ അയാൾ ആ റൗണ്ടിൽ നിന്നു പുറത്താകും. നിന്നേറാണ് മറ്റൊരു നിയമം. അണ്ടികൾ എറിയുമ്പോൾ വരയുടെ അപ്പുറവും ഇപ്പുറവുമായാണ് വീഴേണ്ടത്. ചിലപ്പോൾ മുഴുവൻ അണ്ടികളും വരയുടെ താഴെ വീണുപോകും. വരയുടെ മുകളിൽ ഒറ്റ അണ്ടിയും ഇല്ലാതെ വരും. അപ്പോൾ കളിക്കാരൻ നിന്നെറിയണം. നിർദ്ദേശിക്കുന്ന അണ്ടി അറ്റൻഷനായി നിന്ന് വലതുകൈ മാത്രം ചലിപ്പിച്ച് എറിഞ്ഞു തെറിപ്പിക്കണം. നിർദ്ദേശിച്ചതല്ലാത്ത അണ്ടിക്ക് ഏറു കൊണ്ടാൽ ഇവിടെയും പാട ബാധകമാണ്. നിന്നേറ് നല്ല പ്രയാസമുള്ള കളിയാണ്. എന്നാൽ നാരായണൻകുട്ടിയെപ്പോലെ അതിൽ വിദഗ്ധരായ കളിക്കാരുമുണ്ട്. എല്ലാ അണ്ടികളും വരയ്ക്കു മുകളിൽ വീണാൽ കുഴപ്പമില്ല. മുല്ല ഉണ്ടാവില്ലെന്നേയുള്ളൂ. ഇനി പിടിച്ചേറിനെപ്പറ്റി പറയാം. ക്രിക്കറ്റിൽ വിക്കറ്റ് കീപ്പറുണ്ടല്ലോ. അതുതന്നെയാണ് ഇവിടെയും കാണുന്നത്. ഒരാൾ കളിച്ചു കൊണ്ടിരിക്കെ ബാക്കി കളിക്കാർക്ക് പിടിച്ചേറിൽ പങ്കെടുക്കാം. ആരും പങ്കെടുത്തില്ലെങ്കിലും പ്രശ്നമില്ല. കളിക്കുന്നയാൾ എറിയുന്ന ഏറണ്ടി തട്ടിത്തെറിച്ചുവരുമ്പോൾ താഴെ വീഴുന്നതിനു മുമ്പ് പിടിച്ചാൽ അയാൾക്ക് നേരെ വന്ന് എറിഞ്ഞിട്ട അണ്ടികളിൽ ബാക്കിയുള്ളവർ നിർദ്ദേശിക്കുന്ന ഒരണ്ടിയെ എറിഞ്ഞുതെറിപ്പിക്കാം. അതിൽ ജയിച്ചാൽ അണ്ടി മുഴുവൻ സ്വന്തമാക്കാം. സ്വന്തം ടേണിനു പുറത്തു കിട്ടുന്ന ബോണസ്സാണ് പിടിച്ചേറ്. ഏറണ്ടി മാത്രമേ ഇങ്ങനെ പിടിക്കാവൂ. തെറിച്ചു വരുന്ന കളിയണ്ടി പിടിച്ചിട്ടു കാര്യമില്ല.

കശുവണ്ടി കാണാത്തവർ കൂട്ടുകാർക്കിടയിലുണ്ടാവില്ലല്ലോ. അണ്ടിപ്പരിപ്പു കഴിക്കാത്തവരുമുണ്ടാവില്ല. എന്നാൽ കശുവണ്ടികൊണ്ടുള്ള ഒരു കളിയുണ്ട്. അതെത്രപേർക്കറിയാം?

അണ്ടിയേറ് എന്നാണ് കളിയുടെ പേര്. അണ്ടികളി എന്നു പറയുന്നവരുമുണ്ട്. നന്നായി ഉണങ്ങിയ, പൊളിക്കാത്ത, ഏതാനും കശുവണ്ടി കൈവശമുണ്ടെങ്കിൽ ആർക്കും അണ്ടിയേറ് കളിക്കാം.

പക്ഷേ, കളിയിൽ ജയിക്കണമെങ്കിൽ നല്ല മിടുക്കുവേണം. ആ മിടുക്ക് വേണ്ടുവോളമുണ്ടായിരുന്നു നാട്ടിക്ക്.

വല്ലപ്പോഴുമൊക്കെ സ്കൂൾ പരിസരത്തുവെച്ച് കൂട്ടുകാർക്കൊപ്പം കളിച്ചപ്പോഴാണ് തനിക്ക് ഈ കളിയിൽ തിളങ്ങാൻ കഴിയുമെന്ന് നാട്ടിക്ക് തോന്നിയത്. പിന്നെ അമാന്തിച്ചില്ല. രംഗത്തിറങ്ങാൻ തീർച്ചയാക്കി.

എന്നാൽ അതിനു ചില മുന്നൊരുക്കങ്ങളൊക്കെ വേണമായിരുന്നു. അടുത്ത ഏതാനും സുഹൃത്തുക്കളുടെ സഹായത്തോടെ അതെല്ലാം പൂർത്തിയാക്കി.

നല്ലൊരു ഏറണ്ടി സംഘടിപ്പിക്കുകയാണ് ആദ്യം ചെയ്തത്. കിട്ടാവുന്നതിൽവെച്ച് ഏറ്റവും വലിയ അണ്ടിയാണ് ഏറണ്ടിയായി കളിക്കാർ ഉപയോഗിക്കുക. സ്വതവേ അതിനു നല്ല ഭാരമുണ്ടാകും.

എല്ലാ ക്ലാസുകളിലും പലതവണ കയറിയിറങ്ങിയാണ് വലിയ അണ്ടി കൊണ്ടുവരുന്ന ഒരുത്തനെ കണ്ടെത്തിയത്. നോക്കുമ്പോൾ അവൻ പലർക്കും അത്തരം അണ്ടികൾ കൊടുത്തിട്ടുണ്ട്. വളരെ വലുപ്പമില്ലാത്ത ഒരു മരത്തിലാണത്രേ അതുണ്ടാകുന്നത്. പിന്നീട് നാട്ടിക്ക് മനസ്സിലായത് സ്കൂളിൽ മിക്കവരും ഏറണ്ടിയായി ഉപയോഗിക്കുന്നത് അവൻ കൊടുത്ത ആ വലിയ അണ്ടിയാണ്. മിടുക്കനായ നാട്ടി ചെന്നു ചോദിച്ചപ്പോൾ സഹൃദയനായ ആ സുഹൃത്ത് മറുത്തൊന്നും പറയാതെ മൂന്നാലെണ്ണം അവനും കൊടുത്തു.

അതിലൊന്നു കയ്യിലിട്ടു തൂക്കിനോക്കിയപ്പോൾ നാട്ടിക്കു ധൈര്യമായി. ആരെയും തോൽപ്പിക്കാൻ ഇതുമതി. എന്നാലും ഏറണ്ടിക്കു കുറച്ചുകൂടി ഭാരമുണ്ടാകുന്നത് നല്ലതാണ്. അതിനൊരു പണിയുണ്ട്. ഒരിക്കൽ അമ്മാവനാണ് ആ വിദ്യ പറഞ്ഞുകൊടുത്തത്. അണ്ടിതുരന്ന് ഉള്ളിലെ പരിപ്പു കളഞ്ഞിട്ട് ഈയം ഉരുക്കിയൊഴിച്ചാൽ മതി. കൊല്ലന്മാരുടെ ആലയിൽ അതിനുള്ള സൗകര്യമുണ്ടാകുമെന്നും അമ്മാവൻ പറഞ്ഞിരുന്നു.

സുഹൃത്തുക്കളെ ഉപയോഗിച്ച് ആ വഴിക്കും ഒരന്വേഷണം നടത്തി. ഒമ്പതാം ക്ലാസിൽ അത്തരം വീട്ടിൽ നിന്നു വരുന്ന ഒരു കുട്ടിയുണ്ടെന്ന് മനസ്സിലാക്കി. വീട്ടിൽ വെച്ചുണ്ടാക്കുന്ന കത്തി, അരിവാൾ, കൈക്കോട്ട് തുടങ്ങിയ പണിയായുധങ്ങൾ താന്നിക്കുന്ന് ചന്തയിൽ വിൽക്കാൻ അവനും ചേട്ടന്മാരോടൊപ്പം വരാറുണ്ടത്രേ.

പിന്നെ അമാന്തിച്ചില്ല. രഹസ്യമായി അയാളെ കണ്ടുപിടിച്ചു കാര്യം പറഞ്ഞു:

"എന്തു തരും?"

സുബ്രഹ്മണ്യൻ എന്ന ആ സുഹൃത്തു ചോദിച്ചു. നാട്ടി വല്ലാതായി. എന്താണു കൊടുക്കുക. പണം കൊടുക്കാനില്ല. മറ്റെന്തെങ്കിലും സേവനം ചെയ്തുകൊടുക്കാനാണെങ്കിൽ, തന്നെക്കൊണ്ടെന്തു കഴിയും?

എന്തെങ്കിലും പ്രതിഫലം കിട്ടിയേ പറ്റൂ എന്ന മട്ടിൽ സുബ്രഹ്മണ്യൻ ചുണ്ടുകൂർപ്പിച്ചു നിൽക്കുന്നു. അപകടം പിടിച്ച പണിയാണത്രേ. അച്ഛനറിയാതെ ചെയ്യാനും പറ്റില്ല.

പെട്ടെന്ന് വീടിന്റെ പിന്നാമ്പുറത്ത് പാകമായി തുടുത്തു നിൽക്കുന്ന ചാമ്പക്കുലകൾ ഓർമ്മവന്നു.

"ഞാൻ കുറെ ചാമ്പക്ക തരാം..."

നാട്ടി പറഞ്ഞു.

"പഴുത്തതാണോ?" സുബ്രഹ്മണ്യൻ വിടുന്ന മട്ടില്ല.

"നന്നായി പഴുത്തത്. നല്ല രസമാണ്."

"ശരി നാളെ കൊണ്ടുവാ. അന്നേരം അണ്ടി തന്നാൽ മതി."

പിറ്റേന്നു രാവിലെ ഏതാനും ചാമ്പക്കുലകൾ അടർത്താതെ പൊട്ടിച്ചെടുത്ത് വൃത്തിയായി പൊതിഞ്ഞ് അതുമായാണ് നാട്ടി സ്കൂളിൽ ചെന്നത്. നേരെ സുബ്രഹ്മണ്യന്റെയടുത്തു ചെന്നു. പൊതി തുറന്ന് ചാമ്പയ്ക്ക കണ്ടതും അവന്റെ വായിൽ വെള്ളമൂറി.

"അണ്ടിയെട്..." അവൻ കൈ നീട്ടി.

നാട്ടിയും ചില്ലറക്കാരനല്ലല്ലോ. അവൻ വലിയ രണ്ട് ഏറണ്ടികൾ സുഹൃത്തിന്റെ കയ്യിൽ വെച്ചുകൊടുത്തു. പിറ്റേന്ന് രണ്ടിലും ഈയം നിറച്ച് തിരികെ കൊടുക്കുമ്പോൾ സുബ്രഹ്മണ്യൻ പ്രത്യേകം ഓർമ്മിപ്പിച്ചു:

"ആരുടേം മേലു കൊള്ളാതെ നോക്കണേ.. പരിക്കു പറ്റും."

അങ്ങനെ പ്രധാന കടമ്പ കടന്നു. ഒന്നിനു പകരം ഏറണ്ടികൾ രണ്ടെണ്ണമുണ്ട്. മാറി മാറി ഉപയോഗിക്കാം. ഇനി പതിവായി കളി നടക്കുന്ന സ്ഥലങ്ങൾ കണ്ടെത്തണം. അതിനും സുഹൃത്തുക്കളുടെ സഹായം തേടി. റേഷൻഷാപ്പിനു പിറകിലെ ഒഴിഞ്ഞ പറമ്പ്, സ്കൂളിന്റെ പിറകിലൂടെ പുഴക്കരയിലേയ്ക്കുള്ള നിരത്തിലൂടെ കുറച്ചു നടന്നാൽ ആദ്യം കാണുന്ന കാളപൂട്ടുകണ്ടത്തിനു മുകളിലു

ള്ള ഒഴിഞ്ഞ പറമ്പ്. അങ്ങനെ ഒഴിവുനേരങ്ങളിലെല്ലാം അണ്ടികളി നടക്കുന്ന ഒട്ടേറെ സ്ഥലങ്ങൾ അറിഞ്ഞുവെച്ചു. കിഴക്കങ്ങാടിയിലും നിരവധി സ്ഥലങ്ങളിൽ കളി നടക്കുന്നുണ്ടെന്ന് ആ ഭാഗത്തുനിന്നു വന്ന കൂട്ടുകാരും പറഞ്ഞു.

ഇപ്പോൾ കളിക്കുന്നത് മുതിർന്നവരാണ്. സ്കൂളടച്ചാലേ കുട്ടികൾ കളിക്കാനിറങ്ങൂ. അതിനു പരീക്ഷ അവസാനിക്കണം. നാട്ടി കാത്തിരുന്നു. പരീക്ഷ നന്നായി എഴുതി. സ്കൂളടച്ചു.

കൊയ്ത്തുകഴിഞ്ഞ് പാടങ്ങളെല്ലാം വരണ്ടു കിടക്കുന്നു. ഇനി മഴ പെയ്യുന്നതുവരെ തിമിർത്ത് കളിയാണ്. താന്നിക്കുന്നിന്റെ ചുറ്റിലും ഒട്ടേറെ ഫുട്ബാൾ ഗ്രൗണ്ടുകൾ രൂപപ്പെട്ടുകഴിഞ്ഞു. മുതിർന്നവരും ചെറുപ്പക്കാരും കുട്ടികളും - എല്ലാ വിഭാഗക്കാരും അവരവർക്ക് പറ്റിയ വിധത്തിൽ ഗ്രൗണ്ടുകൾ പാകപ്പെടുത്തിയെടുക്കും. ഉച്ചതിരിഞ്ഞാൽ ആണായിപ്പിറന്നവരെല്ലാം പാടത്തിറങ്ങും. അതാണു പതിവ്.

അതിനു മുമ്പ്, രാവിലെയാണ് അണ്ടികളി. തണലുള്ള സ്ഥലങ്ങളിലെല്ലാം ചെറിയ ചെറിയ കൂട്ടങ്ങളായി ആളുകൾ വന്നു ചേരും. ഏതാനും പേർ അണ്ടികളിയ്ക്കിറങ്ങും. ബാക്കിയുള്ളവർ ചുറ്റും നിന്ന് ആരവമുയർത്തും. ആകപ്പാടെ നല്ല രസമാണ്.

സൂര്യൻ ഉച്ചിയിലെത്തുന്നതുവരെ കളി തിമിർത്തു മുന്നേറും. പിന്നെ ഓരോരുത്തരായി പതുക്കെ പിൻവലിയും. വീടുകളിൽ ചെന്ന് ഉച്ചഭക്ഷണം കഴിച്ചു വിശ്രമിക്കും. വെയിലാറുന്നതോടെ ഫുട്ബാൾ കളിയുടെ ആരവങ്ങളിലേയ്ക്ക വീണ്ടും ഇറങ്ങിവരും. ഇതിലൊന്നും വലുപ്പച്ചെറുപ്പ വ്യത്യാസങ്ങളില്ല. ഞായറാഴ്ചകളിലും മറ്റ് ഒഴിവുദിവസങ്ങളിലും ഉദ്യോഗസ്ഥരും ഇക്കൂട്ടത്തിലുണ്ടാകുമെന്നു മാത്രം.

സ്കൂളടച്ചതിന്റെ പിറ്റേദിവസം രാവിലെ നാട്ടി അനുജനെയും കൂട്ടി പുറപ്പെട്ടു. കളിക്കാൻ പോകുന്നു എന്നുതന്നെയാണ് അമ്മയോടു പറഞ്ഞത്. കളവു പറയുന്ന ശീലം അവനില്ല. അതിനാൽ അമ്മ എതിരു പറഞ്ഞതുമില്ല. എന്തു കളി എന്നു ചോദിച്ചുമില്ല. ഏഴാം ക്ലാസു കഴിഞ്ഞു നിൽക്കുന്ന കുട്ടി എന്തൊക്കെ കളിക്കുമെന്ന് അമ്മയ്ക്ക് അറിയാമല്ലോ.

നേരെ പോയത് റേഷൻഷാപ്പിന്റെ പിറകിലുള്ള പറമ്പിലേയ്ക്കാണ്. നിക്കറിന്റെ ഇടത്തേ പോക്കറ്റിൽ ഏറണ്ടിയും വലത്തേ

പോക്കറ്റിൽ പത്തു കളിയണ്ടിയുമുണ്ട്. അനുജനുമായി ചർച്ചചെയ്താണ് അങ്ങനെ തീരുമാനിച്ചത്. തൽക്കാലം ഏറണ്ടി ഒന്നുമതി. ഈയം ഉരുക്കിയൊഴിച്ചതാണെന്നറിഞ്ഞാൽ ആരെങ്കിലും കുഴപ്പമുണ്ടാക്കിയാലോ? ഏറിന്റെ വേഗതയിൽ ചിലപ്പോൾ ഏറണ്ടി ദൂരേയ്ക്കു തെറിച്ചു പോകാറുണ്ട്. അങ്ങനെയെങ്ങാനും സംഭവിച്ചാൽ അതും കുഴപ്പമാണ്. അതു താൻ നോക്കിക്കൊള്ളാമെന്ന് കുട്ടി ധൈര്യപ്പെടുത്തിയെങ്കിലും വിശ്വാസം വന്നില്ല. അവൻ ചെറുതല്ലേ. കളിയണ്ടി പത്തെണ്ണം മതിയെന്നും തീരുമാനിച്ചു. ആദ്യമായി കളിക്കുന്നതല്ലെങ്കിലും പുറത്തുപോയുള്ള ആദ്യത്തെ കളിയാണ്. എതിരാളികൾ ആരൊക്കെയെന്നോ അവരുടെ നിലവാരമെന്തെന്നോ അറിയില്ല. ഇത്രകാലവും വീടിനു ചുറ്റുവട്ടത്തും വല്ലപ്പോഴും സ്കൂളിൽവെച്ചും മാത്രമേ കളിച്ചിട്ടുള്ളൂ. അവിടെയൊന്നും തന്നെ തോൽപ്പിക്കാൻ ആരുമില്ലെന്നതു സത്യമാണ്. അതല്ലല്ലോ പുറത്തെ സ്ഥിതി. ചിലപ്പോൾ ദൂരെ നിന്നുള്ള കളിക്കാർ വന്നെന്നും വരാം.

“വരുന്നതുവരട്ടെ നമുക്ക് പോയിനോക്കാം.”

കുട്ടി ചേട്ടനെ ധൈര്യപ്പെടുത്തി. പോയാലും പത്തു കളിയണ്ടിയുടെ പ്രശ്നമല്ലേയുള്ളൂ. അണ്ടി തീർന്നാൽ ഏതു നിമിഷവും കളിയിൽ നിന്നു പിന്മാറാമെന്നാണ് നിയമം.

അവിടെ കളി തുടങ്ങിയിരുന്നു. ആകെ അഞ്ചെട്ടു പേരെയുള്ളൂ. ഓരോ അണ്ടി വീതമാണ് കളിക്കെടുത്തത്. നാട്ടിക്ക് അത്ര തൃപ്തി തോന്നിയില്ല. എന്നാലും അവിടെ നിന്നു. അത്ര വിദഗ്ദ്ധരൊന്നുമല്ല കളിക്കാർ. ഒന്നുരണ്ടു പേരെ നേരത്തെ കണ്ടുപരിചയമുണ്ട്. സ്കൂളിന് വളരെ അടുത്തായിട്ടും അവിടെ പഠിക്കുന്ന ഒരാളുമില്ലാത്തതെന്തെന്ന് അവൻ അത്ഭുതപ്പെട്ടു.

ഒന്നുരണ്ടു റൗണ്ടുകൾ പൂർത്തിയായപ്പോൾ നാട്ടിയും കളിയിൽ ചേരാൻ താൽപര്യപ്പെട്ടുചെന്നു. ആരും എതിർപ്പൊന്നും പറഞ്ഞില്ല. ഒരണ്ടി അവനിൽ നിന്നും വാങ്ങി. കളി തുടങ്ങിവെച്ചവൻ അത്ര മോശക്കാരനല്ലെന്നു വ്യക്തമായിരുന്നു. ഏറണ്ടിമാത്രം ഏലയായി വരുന്ന വിധത്തിൽ ശ്രദ്ധിച്ചാണ് വിതറിയിട്ടത്. ഏലക്കു പറഞ്ഞെങ്കിലും എറിഞ്ഞുകൊള്ളിക്കാൻ അവനായില്ല. രണ്ടാമത്തെയാൾ, പക്ഷേ, കൃത്യമായി എറിഞ്ഞുകൊള്ളിച്ചു. അണ്ടികളെല്ലാം അവൻ വാരിയെടുക്കുകയും ചെയ്തു.

അടുത്ത റൗണ്ടു തുടങ്ങി. മൂന്നാമതായാണ് നാട്ടി കളിച്ചത്. നേരം പോക്കിനല്ലാതെയുള്ള ആദ്യത്തെ കളിയാണ്. അതും അപരിചിതരുടെ കൂടെ. ഒരു നിമിഷം കണ്ണടച്ച് നിന്നിട്ട് അവൻ അണ്ടികൾ മുന്നിലേക്കിട്ടു. കൈ ഒന്നു വിറച്ചെന്നു തോന്നുന്നു. ഒരെണ്ണം പോലും വരയ്ക്കപ്പുറം പോയില്ല.

"നിന്നേറ്" – ബാക്കിയുള്ളവർ ഒരുമിച്ചു വിളിച്ചു പറഞ്ഞു.

നാട്ടി അനങ്ങാതെ നിന്നു. പോക്കറ്റിൽ നിന്ന് ഏറണ്ടിയെടുത്തു. കാണാൻ ഭംഗിയുള്ള, ഇപ്പോൾ നല്ല ഭാരമുള്ള, ഏറണ്ടി കൈവെള്ളകൾക്കുള്ളിലിട്ട് ഒരു നിമിഷം തെരുപ്പിടിച്ചു. അപ്പോഴേയ്ക്കും എറിയേണ്ട അണ്ടിയേതെന്ന് ഒരുവൻ തൊട്ടുകാണിച്ചിരുന്നു. അനങ്ങാതെ നിന്ന് അവൻ എറിഞ്ഞു. കൃത്യമായിരുന്നു. ഉദ്ദേശിച്ച കളിയണ്ടി പറന്നു ദൂരേയ്ക്കു പോയി. കുട്ടി ഒരു കുതിപ്പിന് തെറിച്ചുപോയ കളിയണ്ടി എടുത്തുകൊണ്ടുവന്നു. ബാക്കിയുള്ളതൊക്കെ നാട്ടിയും പെറുക്കിയെടുത്തു.

ഇവൻ ആളു കൊള്ളാമല്ലോ എന്ന മട്ടിൽ മറ്റു കളിക്കാർ അന്യോന്യം നോക്കി. അതിനിടയിൽ പുതുതായി കളിക്കാൻ വന്ന സഹോദരന്മാരുടെ പേരും മറ്റു വിവരങ്ങളും അവർ ചോദിച്ചറിഞ്ഞിരുന്നു.

"നാരായണൻകുട്ടി അത്ര കുട്ടിയൊന്നുമല്ല."

അടുത്ത റൗണ്ടിനുള്ള കളിയണ്ടി കൊടുക്കുമ്പോൾ ഒരുത്തൻ പറഞ്ഞു. അതുകേട്ട് നാട്ടിയും ചിരിച്ചുപോയി.

"ഈരണ്ടു വെച്ചു കളിച്ചാലോ?"

എല്ലാവരിൽ നിന്നും ഓരോ അണ്ടിവീതം വാങ്ങിയശേഷം നാട്ടി ചോദിച്ചു.

"ഒരു രസത്തിന്..."

അതു തരക്കേടില്ല എന്ന മട്ടിൽ ഒന്നു രണ്ടുപേർ ചിരിച്ചു. എന്നാൽ ബാക്കിയുള്ളവരുടെ കൈവശം കൂടുതൽ അണ്ടികളില്ല. അവർ കളിയിൽ അത്ര സമർത്ഥരുമല്ല. ഈരണ്ടെണ്ണം വീതമെടുത്ത് കളിയിൽ തോറ്റാൽ വേഗം മടങ്ങിപ്പോകേണ്ടിവരും. അവരുടെ പ്രയാസം മനസ്സിലാക്കിയപ്പോൾ നാട്ടി പിന്നെയൊന്നും പറയാൻ നിന്നില്ല. വേഗം കളി തുടങ്ങി. അത്തവണ മറ്റൊരാൾക്കാണ് കിട്ടിയത്.

ഉച്ചയോടെ കളി അവസാനിക്കുമ്പോൾ അണ്ടിയുടെ ചെറിയൊ

രു കൂനയ്ക്കു മുമ്പിലിരിക്കുകയാണ് കുട്ടി. മറ്റു മിക്കവരുടെയും കൈവശം ഒന്നുപോലും അവശേഷിച്ചിട്ടില്ല. അതിൽ ആർക്കും പ്രശ്നവുമില്ല. നന്നായി കളിക്കുന്നവരെ അംഗീകരിക്കാൻ അവർക്കാർക്കും മടിയുമുണ്ടായില്ല. പിന്നെന്താണെങ്കിൽ അണ്ടി ആരും പണം കൊടുത്തു വാങ്ങുന്നതൊന്നുമല്ലല്ലോ. സ്വന്തം പറമ്പിൽ നിന്നോ അയൽ വീടുകളിൽ നിന്നോ ഒക്കെ പെറുക്കികൊണ്ടുവരുന്നതല്ലേ? അതുവെച്ച് കുറെ നേരം കളിക്കാനായതു തന്നെ വലിയ കാര്യം എന്ന മട്ടിലാണ് അവർ പിരിയുന്നത്.

"ഇവിടെ പിടിച്ചേറില്ലേ?" പിരിയാൻ നേരം നാട്ടി ചോദിച്ചു.

"ഓ, ഞങ്ങളുടെ ഏട്ടന്മാരൊക്കെ കളിക്കുമ്പോൾ അങ്ങനെയും കളിക്കാറുണ്ട്." അവർ പറഞ്ഞു.

അപ്പോഴാണ് ഇവരൊക്കെ ചേട്ടന്മാരുടെ തണലിൽ കളി പഠിച്ചു കൊണ്ടിരിക്കുന്നവരാണെന്ന കാര്യം നാട്ടി അറിയുന്നത്. മാത്രവുമല്ല, അവർക്കൊക്കെ കളി വെറും നേരമ്പോക്കാണ്. തനിക്ക് അങ്ങനെയല്ലല്ലോ.

ചേട്ടനും അനുജനും നിക്കറിന്റെ പോക്കറ്റുകളിൽ നിറയെ അണ്ടിയുമായി നട്ടുച്ചക്ക് വീട്ടിലെത്തി. ഇത്രയും അണ്ടി ഒരുമിച്ചു കണ്ടപ്പോൾ അമ്മയ്ക്കു സംശയമായി.

"നാട്ട്യേട്ടൻ കളിച്ചു നേടിയതാണമ്മേ..." കുട്ടി ആഹ്ലാദത്തോടെ പറഞ്ഞു. അമ്മ കൊടുത്ത ചെറിയ ചൂരൽകൊട്ടയിലാക്കി അകത്തു കൊണ്ടുവെച്ചതും കുട്ടിതന്നെ.

പിറ്റേന്ന് തോടങ്ങാടിയിലേക്കുള്ള വഴിയിൽ കളിക്കാൻ പോയി. വീട്ടിൽ നിന്നിറങ്ങുമ്പോൾ ചെറിയൊരു സഞ്ചിയും നാട്ടി അനുജനെ ഏൽപ്പിച്ചിരുന്നു. നിക്കറിന്റെ പോക്കറ്റിലിട്ടാൽ അണ്ടിയുടെ കറപറ്റി തുണി ചീത്തയാകും. ഏറുകൊണ്ട് പല അണ്ടികൾക്കും കേടു പറ്റാറുണ്ട്.

അവിടെ കുറച്ചുകൂടി മുതിർന്നവരാണ് കളിക്കുന്നത്. എങ്കിലും നാട്ടി ധൈര്യമവലംബിച്ച് കൂടെകൂടി. ഫലം ഒട്ടും മോശമായില്ല. അന്നു മടങ്ങുമ്പോൾ തലേദിവസം കിട്ടിയതിന്റെ ഇരട്ടിയിലധികം അണ്ടിയുണ്ടായിരുന്നു സഞ്ചിയിൽ. അവിടെ ഈരണ്ടു വെച്ചും ഒന്നുരണ്ടുതവണ മുമ്മൂന്നുവെച്ചും കളിക്കുകയുണ്ടായി. അതിൽ ചിലതെല്ലാം നാട്ടിയാണ് നേടിയത്.

താന്നിക്കുന്നിന്റെ ചുറ്റുപാടുമുള്ള കളിസ്ഥലങ്ങളിലൊക്കെ ഒ

രുവട്ടം കളിച്ചതിനുശേഷം അവർ കിഴക്കഞ്ചോടിയിലും പോയി. പിന്നെ ഓരോ ദിവസവും ഓരോ സ്ഥലത്തെന്നമട്ടിൽ മാറി മാറി പോയി കളിച്ചു. ഇതിനിടയിൽ നാരായണൻകുട്ടിയെന്ന അണ്ടികളിക്കാരൻ കളിക്കാർക്കിടയിൽ പ്രസിദ്ധനായിരുന്നു. അവന്റെ കൈശമുള്ള പ്രത്യേക ഏറണ്ടിയും ചർച്ചാവിഷയമായിരുന്നു.

തെറ്റുകളും വീഴ്ചകളും തിരുത്തി മുന്നേറുന്ന രീതിയാണ് നാട്ടി സ്വീകരിച്ചത്. രണ്ടു കാര്യങ്ങളിൽ താൻ മുമ്പനാണെന്ന് അവൻ തിരിച്ചറിഞ്ഞു. നിന്നേറിലും പിടിച്ചേറിലും. എത്ര വേഗതയിൽ തെന്നിവരുന്ന ഏറണ്ടിയും ദൂരെ മാറിനിന്നു പിടിച്ചെടുക്കാൻ അവനു കഴിയും. പലതവണ പിടിച്ചെറിഞ്ഞും അവൻ കളി ജയിച്ചിട്ടുണ്ട്. അതു പോലെ നിന്നേറും. അറ്റൻഷനായി നിന്ന് വലതുകൈമാത്രം ചലിപ്പിച്ച് നിർദ്ദേശിക്കുന്ന ഏതണ്ടിയും എറിഞ്ഞു തെറിപ്പിക്കാൻ തനിക്കാവുമെന്ന് പലതവണ അവൻ തെളിയിച്ചിട്ടുണ്ട്.

എടവമെത്തി മഴ കനക്കുമ്പോൾ അണ്ടികളിക്കാലം അവസാനിക്കും. അവധിക്കാലത്തിനും അപ്പോൾ തിരശ്ശീലവീഴും. കിഴക്കഞ്ചോടിയിലായിരുന്നു അവസാനത്തെ കളി. ഏതാണ്ടൊരു മത്സരം പോലെയായിരുന്നു അന്നത്തെ കളി. കുട്ടികളും മുതിർന്നവരുമായി വലിയൊരാൾക്കൂട്ടം തന്നെ കളിക്കു ചുറ്റും നിലയുറപ്പിച്ചിരുന്നു. എല്ലാവർക്കും ഒന്നിച്ചു കളിക്കാനാവാത്തതിനാൽ പല ഘട്ടങ്ങളിലായാണ് കളി നടന്നത്. അഞ്ചാറുപേർ ഒരു വട്ടത്തിൽ കളിക്കും. അതിൽ അവസാനം വരെ പിടിച്ചു നിൽക്കുന്ന രണ്ടു പേർ അടുത്ത വട്ടത്തിൽ പുതുതായി വരുന്നവർക്കൊപ്പം കളിക്കും. ഇങ്ങനെ അവസാനം വരെ കയറിക്കളിച്ച ഒരേയൊരാൾ നാട്ടിയായിരുന്നു. അവസാന റൗണ്ടിലും അവൻ തന്നെ ജയിച്ചു. വലിയ ആരവങ്ങളോടെയാണ് ചെറിയ രണ്ടു സഞ്ചികൾ നിറയെ അണ്ടിയുമായി ആ സഹോദരങ്ങളെ കിഴക്കഞ്ചോടിയിലെ സഹൃദയർ യാത്രയാക്കിയത്.

ഒന്നര മാസത്തിലധികം നീണ്ടു നിന്ന കളിയിലൂടെ വലിയൊരു കൊട്ട നിറയെ അണ്ടി അവർ സമാഹരിച്ചു. അമ്മയും മക്കളും ചേർന്ന് പല തവണയായി അതെല്ലാം തോടഞ്ചോടിയിൽ കൊണ്ടുപോയി വിറ്റു. രണ്ടുപേർക്കും ആവശ്യമായ പുസ്തകങ്ങളും ഇൻസ്ട്രുമെന്റ് ബോക്സും മറ്റും വാങ്ങിയതിനു പുറമെ ഓരോ ജോഡി ഉടുപ്പും വാങ്ങി. പിന്നെയും ബാക്കി വന്ന കുറച്ചു തുക അമ്മ

യെ ഏൽപ്പിക്കുകയാണ് നാട്ടി ചെയ്തത്.

ഏറണ്ടിയിലൊന്ന് തീരെ കേടായിപ്പോയിരുന്നു. പൊളിഞ്ഞു പൊളിഞ്ഞ് അതിൽ ഈയം മാത്രമേ ബാക്കിയുള്ളൂ എന്ന നിലയിലായിരുന്നു. അതു കളഞ്ഞു. കേടാവാത്ത ഒന്നുണ്ടല്ലോ. അതും ഏതാനും കളിയണ്ടികളും ഒരിടത്ത് മാറ്റിവെച്ചു. അടുത്ത കൊല്ലം കുറച്ചുകൂടി നേരത്തെ കളിതുടങ്ങണം. സുബ്രഹ്മണ്യനെ സോപ്പടിച്ചാൽ ഏറണ്ടി ശരിയാക്കാനും പ്രയാസമുണ്ടാവില്ല.

വെയ് രാജ വെയ്

മുച്ചീട്ടുകളി: മൂന്നു ചീട്ടുപയോഗിച്ചുള്ള കളി. ഒന്ന് ഇടതുകൈയിലും രണ്ടെണ്ണം വലതുകൈയിലും പിടിക്കും. വലതുകൈയിലുള്ളതിൽ ഒന്നു ജോക്കറായിരിക്കും. അതു പുറത്തും അല്ലാത്തത് അകത്തുമായി തള്ളവിരലും നടുവിരലും ഉപയോഗിച്ച് പിടിക്കും. വേഗത്തിൽ കൈ ചുഴറ്റുന്നതിനിടയിൽ ചീട്ടുകൾ മൂന്നും കമഴ്ത്തിയിടും. ജോക്കറിനു മുകളിൽ പണം വെച്ചവർക്ക് ഇരട്ടി കിട്ടും. അല്ലാത്തത് നഷ്ടപ്പെടും. വലതുകയ്യിലെ രണ്ടു ചീട്ടുകളിൽ മാത്രം കേന്ദ്രീകരിച്ച് വിദഗ്ധമായി കാണികളെ കബളിപ്പിക്കുന്ന കളി.

നാടകുത്ത്: നീണ്ടു വെളുത്ത ഇലാസ്റ്റിക്ക് നാട നടു മടക്കി നടുവിൽ നിന്ന് ചുരുട്ടി മറ്റേഅറ്റം കളിക്കാരൻ ഇടതുകൈയിൽ പിടിച്ച് താഴെവെയ്ക്കും. കളിയിൽ പങ്കെടുക്കുന്നയാൾ ചുരുട്ടിന്റെയുള്ളിൽ കമ്പു കുത്തിയിറക്കും. കളിക്കാരൻ അറ്റംപിടിച്ചുവലിക്കുമ്പോൾ നാട സ്വതന്ത്രമായാൽ പണം അയാൾക്ക് കിട്ടും. നാട കമ്പിൽ കുരുങ്ങിയാൽ വെച്ച പണത്തിന്റെ ഇരട്ടി വെച്ചയാൾക്കു കിട്ടും.

ശനിയാഴ്ചയാണ്. പ്രഭാതഭക്ഷണം കഴിച്ച് കുറച്ചു നേരം അമ്മയെ ചുറ്റിപ്പറ്റി നിന്ന ശേഷം മേലേപറമ്പിലേക്ക് കളിക്കാൻ പോണു എന്നു പറഞ്ഞ് മുറ്റത്തിറങ്ങിയതാണ് കുട്ടി.

ചേട്ടൻ എവിടെയോ പോകാനൊരുങ്ങി നിൽക്കുന്നു. ചോദിച്ചപ്പോൾ ചന്തയിലേയ്ക്കാണെന്നു പറഞ്ഞു. ചന്തയിൽ പോയിട്ടു കുറെ കാലമായി. വെറുതെ ഒന്നു കറങ്ങിവരാനാണ് പരിപാടി.

താനും വരുന്നു എന്നായി കുട്ടി. അവർ ഒരുമിച്ചിറങ്ങുകയും ചെയ്തു.

പതിവിലും കൂടുതൽ ആളുകളുണ്ട്. വിൽപനക്കാരും ഏറെയാണ്. കുട്ടിയാണ് അതിന്റെ കാരണം കണ്ടുപിടിച്ചത് - ഇന്ന് രണ്ടാം ശനിയാഴ്ചയാണ്.

വായനശാലയ്ക്കു മുമ്പിൽ പായും പനമ്പും ചുരുട്ടി കുത്തനെ നിർത്തി അരികിലിരുന്ന് ചിരിക്കുന്ന മുത്തശ്ശിയെ അവർ കണ്ടു. എത്രയോ കാലമായി അവിടെ ഇരിക്കുന്ന മട്ടുണ്ട്. എല്ലാ ചന്തദിവസവും ഈ മുത്തശ്ശി വരാറുണ്ടല്ലോ? നാട്ടി സ്വയം ചോദിച്ചു. തൊട്ടടുത്ത് നിവർത്തിയിട്ട തുണിയിൽ കത്തിയും കൊടുവാളും നിരത്തിവെച്ചിരിക്കുന്നയാളെ മുൻപരിചയമില്ല. എത്രതരം കത്തികളാണ്!

മൂസാപ്പാപ്പയുടെ കടയിൽ നിന്ന് അവർ മിഠായി വാങ്ങി. അതും വായിലിട്ട് മുന്നോട്ടു നടന്നു. ഇനിയാണ് ശരിക്കും ചന്ത. പച്ചക്കറികളുടെ ഒരു നിര തന്നെയുണ്ട്. അതിനപ്പുറം ഉണക്കമീനുകളാണ്. എതിർവശത്ത് കോഴികളുടെ കച്ചവടം. കുറെ പേർ നിരന്നു നിൽക്കുന്നു. മുമ്പിൽ രണ്ടും മൂന്നും വീതമെണ്ണത്തെ കാലിൽ കൂട്ടിക്കെട്ടി നിലത്തിട്ടിരിക്കുന്നു. പാവങ്ങൾ രക്ഷപ്പെടാനാവാതെ ഒച്ചയുണ്ടാക്കി പിടയ്ക്കുന്നു. ഏതാനുമെണ്ണത്തെ കയ്യിൽ തൂക്കിപ്പിടിച്ചിട്ടുമുണ്ട്. ആകെ ബഹളം തന്നെ. അവിടെ നിന്നാൽതന്നെ കാണാം. ഹോട്ടൽ ഡി താന്നിക്കുന്നിലെ തിരക്ക്. ചന്തദിവസം ബിച്ചുവിന് കൊയ്ത്താണെന്ന് നാട്ടിലൊരു ചൊല്ലുണ്ട്. അന്ന് സ്പെഷൽ മട്ടൻ കറിയുണ്ടാകും.

തുറന്ന ചന്തസ്ഥലം പിന്നിട്ട് അവർ സ്കൂൾ മുറ്റത്തേയ്ക്ക് നടന്നു. അവിടെയാണ് കളികൾ. കുട്ടികൾ അങ്ങോട്ടു സാധാരണ പോകാറില്ല. പണം വെച്ചുള്ള കളികളാണെല്ലാം. എവിടെ ചെന്നാലും ചാരായത്തിന്റെ മണം മൂക്കിലടിക്കും. കളി നടത്തിപ്പുകാരും കളിക്കാരുമെല്ലാം മദ്യപിക്കുന്നവരാണെന്നാണ് പൊതുവിലുള്ള ധാരണ.

ചന്തയിൽ വരുന്ന സ്ത്രീകളാരും ആ ഭാഗത്തേക്കു നോക്കാറുപോലുമില്ല. അവരോടൊപ്പം വരുന്ന കുട്ടികളെയും ആ ഭാഗത്തേക്കു നോക്കുന്നതിൽ നിന്നു പിന്തിരിപ്പിക്കുന്നതു കാണാം.

ഗ്രൗണ്ടിൽ കയറുന്നതിൽ അനുജന് ആശങ്കയുണ്ടെന്ന് നാട്ടിക്കു മനസ്സിലായി. പിറകിൽ മടിച്ചുനിന്ന അവന്റെ കയ്യിൽ പിടിച്ചിട്ടു പറഞ്ഞു:

“നീ വാടോ, നമ്മൾ കളിക്കാനൊന്നും വന്നതല്ല. വെറുതെ കാണാൻ. എല്ലാം മനസ്സിലാക്കിവെക്കുന്നത് നല്ലതല്ലേ.”

ആനമയിലൊട്ടകമാണ് അവരെ സ്വാഗതം ചെയ്തത്. വൃത്താകൃതിയിൽ കറങ്ങിക്കൊണ്ടിരിക്കുന്ന മരപ്പലകയിൽ പല കള്ളിക

ളിലായി പലതരം ചിത്രങ്ങൾ. ആന, മയിൽ, ഒട്ടകം, സിംഹം, കൊടി– അങ്ങനെ വർണ്ണശബളമായ ചിത്രങ്ങൾ. ചക്രം കറങ്ങിക്കൊണ്ടിരിക്കെ കളിക്കാരനു മുമ്പിൽ വിരിച്ച ഈ ചിത്രങ്ങളെല്ലാമുള്ള തുണിയിൽ ചുറ്റുമുള്ളവർ പണമിടുന്നു. ചക്രത്തിന്റെ അറ്റത്തുള്ള സൂചി, ചക്രം കറങ്ങിനിൽക്കുമ്പോൾ ഏതു ചിത്രത്തിനു നേരെയാണോ അതിൽ പണം വെച്ചവർക്ക് വെച്ചതിന്റെ ഇരട്ടി കിട്ടും. അല്ലാത്തതൊക്കെ കളിക്കാരനെടുക്കും. ഇത്തവണ കൊടിയുടെ നേരെയാണ് സൂചി നിന്നത്. ആ ചിത്രത്തിൽ ആരും പണം വെച്ചില്ല. കൂടുതലാളുകളും ആനയിലാണു വെച്ചത്. ചിലർ മയിലിലും സിംഹത്തിലും വെച്ചു. അതെല്ലാം കളിക്കാരൻ വലതുകൈ നീട്ടി വടിച്ചെടുത്തു. അയാളുടെ മുമ്പിൽ പണത്തിന്റെ ഒരു കൂമ്പാരം തന്നെയുണ്ട്.

കുച്ചുനേരം കൂടി അവിടെ നിന്ന ശേഷം അവർ നാടകുത്തിന്റെയടുത്തു പോയി. ഒരാൾ ചമ്രം പടിഞ്ഞിരുന്ന് കയ്യിലെ നാട ചുരുട്ടിച്ചുരുട്ടി മുന്നിൽ വിരിച്ചിട്ട കലാസിൽ വെയ്ക്കുന്നു. ആർക്കും കുത്താം, എവിടെയും കുത്താം - എന്നു പറഞ്ഞ് ചുറ്റും കൂടിനിൽക്കുന്നവർക്ക് നേരെ ഒരു പെൻസിൽ നീട്ടുന്നു. ഒരാൾ ഒരു രൂപ നോട്ടെടുത്ത് മുമ്പിലെ കടാലാസിലിട്ട ശേഷം പെൻസിൽ വാങ്ങി നാടയുടെ നടുവിലുള്ള വിടവിൽ കുത്തിയിറക്കി. കളിക്കാരൻ നാടയുടെ അറ്റം പിടിച്ചു വലിച്ചു. പെൻസിൽ അവിടെത്തന്നെ നിന്നു. നാട കളിക്കാരന്റെ കയ്യിലുമായി. ആയ് കമ്പനിക്ക് - ആയ് കമ്പനിക്ക് - എന്നു പറഞ്ഞ് ഒരു രൂപാ നോട്ടെടുത്ത് പോക്കറ്റിലിട്ടു. പെൻസിൽ കുത്തിയാൽ അയാൾക്ക് നാട വലിച്ചെടുക്കാൻ കഴിയരുത്. അതാണ് കളി. അങ്ങനെ വന്നാൽ കളിച്ചയാൾക്ക് വെച്ചതിന്റെ ഇരട്ടി പണം കിട്ടും. കുറെ നേരം നോക്കിയിട്ടും ആർക്കും പണം തിരിച്ചു കിട്ടിയില്ല. എങ്ങനെ കുത്തിയാലും അയാൾ നാട സുഖമായി വലിച്ചെടുക്കുന്നു.

നാട്ടി പിന്നെയും മുന്നോട്ടു നീങ്ങി. ചെറിയൊരാൾക്കൂട്ടം.

“ഹായ്, വെയ് രാജ വെയ്... ഒന്നുവെച്ചാൽ രണ്ട്... രണ്ടു വെച്ചാൽ നാല്... വെയ് രാജാ വെയ്...”

ആൾക്കുട്ടത്തിനു നടുവിലിരുന്ന് ഒരാൾ വിളിച്ചുപറയുന്നു. ചുറ്റും നിൽക്കുന്നവർക്കിടയിൽ ചെറിയ വിടവുണ്ടാക്കി നാട്ടി തല അകത്തേക്കു കടത്തി നോക്കി. മുച്ചീട്ടുകളിയാണ്. ഉണങ്ങിമെലിഞ്ഞ ഒരു കഷണ്ടിക്കാരൻ ഒരു വശം ചെരിഞ്ഞിരുന്ന് മുമ്പിലെ ക

ടലാസിൽ ചീട്ടുകളിടുന്നു. അയാളുടെ കൊമ്പൻമീശ കണ്ടപ്പോൾ നാട്ടിക്കു ചിരിവന്നു. തരിശായികിടക്കുന്ന തലയ്ക്കു കീഴെ കൊമ്പൻ മീശയുണ്ടായാൽ എങ്ങനെയുണ്ടാകും?

"വെയ് രാജാ വെയ്..."

അയാൾ ആരെയും കാത്തുനിൽക്കാതെ ചീട്ടുകളിടുന്നു. വേഗത്തിൽ തിരിച്ചെടുക്കുന്നു. വീണ്ടുമിടുന്നു. വീണ്ടും തിരിച്ചെടുക്കുന്നു. ശ്വാസം പിടിച്ച് ഒരു കുതിപ്പിന് അകത്തു കടന്നിട്ട് കളിക്കാരന്റെ മുമ്പിൽ മുട്ടുകുത്തിയിരിക്കുമ്പോൾ ഈ കളി കൊള്ളാമല്ലോ എന്ന വിചാരമായിരുന്നു നാട്ടിക്ക്. അവന്റെ പിറകെ കുട്ടിയും പ്രയാസപ്പെട്ട് അകത്തു കയറി.

"വെയ്രാജ വെയ്..."

വീണ്ടും അയാൾ ചീട്ടിട്ടു. ഒന്നു രണ്ടു പേർ ഒരു ചീട്ടിന്റെ പുറത്തു കാശുവെച്ചു.

"ഹായ്, ഒന്നുവെച്ചാൽ രണ്ട്..."

കാശുവെച്ച ചീട്ട് അയാൾ മലർത്തിയിട്ടു. പിന്നെ കാശ് വാരിയെടുത്തു പോക്കറ്റിൽ തിരുകി.

"വെയ് രാജ വെയ്..."

വീണ്ടും ചീട്ടു വീണു. ഇത്തവണ ഒരാളേ കാശു വെച്ചുള്ളൂ. മലർത്തിയപ്പോൾ അതു ജോക്കറുള്ള ചീട്ടായിരുന്നു. ഉടനെ കളിക്കാരൻ പോക്കറ്റിൽ നിന്നു കാശെടുത്ത് ചീട്ടിൽ വെച്ചതും കൂടിയെടുത്ത് അതു വെച്ചയാൾക്ക് നീട്ടി. അയാൾ അഭിമാനത്തോടെ ചുറ്റുമുള്ളവരെ നോക്കി.

വീണ്ടും ചീട്ടു വീണു. ഇത്തവണ വെച്ചയാൾക്ക് നഷ്ടം വന്നു.

നാട്ടി കളിയുടെ രീതി സൂക്ഷ്മമായി നോക്കുകയാണ്. ആകെ മൂന്നു ചീട്ടുകളേയുള്ളൂ. ഇടതുകയ്യിൽ ഒന്ന്. അതിൽ പിഴവു പറ്റാനില്ല. കാരണം ആ ചീട്ട് പ്രത്യേകം വെയ്ക്കുന്നത് ആർക്കും കാണാം. വലതു കയ്യിലെ രണ്ടു ചീട്ടുകളിൽ ഒന്നാണ് ജോക്കർ. ജോക്കർ പുറത്തും മറ്റേത് അകത്തുമായാണ് അയാൾ കൈവെള്ളയിൽ ചേർത്ത്പിടിക്കുന്നത്. അത് മറ്റുള്ളവർക്ക് കാണിച്ചു കൊടുക്കുകയും ചെയ്യും. പിന്നെ പെട്ടെന്ന് കൈചുഴറ്റി താഴേയ്ക്കിടുമ്പോൾ ഏതു ചീട്ട് എവിടെ വീണു എന്നു തിരിച്ചറിയാൻ പറ്റുന്നില്ല.

നാട്ടി അതിശയത്തോടെ കഷണ്ടിക്കാരനെ തുറിച്ചുനോക്കി. ഇത്രയും ആളുകൾ ചുറ്റും നിൽക്കുമ്പോൾ രണ്ടു ചീട്ടുകൾ മാത്രം ഉ

പയോഗിച്ച് എല്ലാവരെയും കബളിപ്പിക്കാൻ കഴിയുന്നു. ഇയാൾ ചില്ലറക്കാരനല്ല - അവൻ മനസ്സിൽ പറഞ്ഞു.

അങ്ങനെ നോക്കിയിരിക്കെ അവനൊരു ബുദ്ധിതോന്നി. ഇരുപത്തഞ്ചുപൈസയുടെയും അമ്പതുപൈസയുടെയും തുട്ടുകൾ വരെ ആളുകൾ കളിക്കാനുപയോഗിക്കുന്നുണ്ട്. തന്റെ കയ്യിൽ രണ്ടു രൂപയുണ്ടല്ലോ. ഒരു കൈ നോക്കുക തന്നെ.

നിക്കറിന്റെ പോക്കറ്റിൽ നിന്ന് ഇരുപത്തഞ്ചുപൈസ തുട്ട് അവൻ പുറത്തെടുത്തു. ഇവനിതെന്തിനുള്ള പുറപ്പാട് എന്ന മട്ടിൽ കുട്ടി കണ്ണുരുട്ടുന്നത് അവൻ കണ്ടു.

“കുഴപ്പമില്ല.” - അനുജന്റെ ചെവിയിൽ അങ്ങനെ പറഞ്ഞിട്ട് അവൻ കളിക്കാനൊരുങ്ങി.

“വെയ്‌രാജ വെയ്...”

അയാൾ ചീട്ടുകൾ കടലാസിൽ വിടർത്തിയിട്ടു. കയ്യിലുള്ള ഇരുപത്തഞ്ചു പൈസയുടെ തുട്ട് ഒരു ചീട്ടിനു മുകളിൽ വെച്ചു.

“ആർക്കും വെക്കാം... ഒന്നു വെച്ചാൽ രണ്ട്...”

അവനു പിറകെ മൂന്നാലുപേർ കൂടി കാശു വെച്ചു. എല്ലാവരുടെയും കാശു പോയി.

കഷണ്ടിക്ക് ആവേശമായി.

“നോക്കി വെയ്ക്കണം... നോക്കി വെയ്ക്കണം... ഹായ് ആർക്കും വെയ്ക്കാം... ഒന്നു വെച്ചാൽ രണ്ട്, രണ്ടു വെച്ചാൽ നാല്... വെയ് രാജ വെയ്...”

അയാളുടെ ഒച്ചയും കൂടി വരുന്നുണ്ട്.

ഇത്തവണ ചിട്ടുകളിട്ടപ്പോൾ നാട്ടി ചീട്ടുകളുടെ പുറത്ത് സൂക്ഷിച്ചു നോക്കി. പിന്നെ ഇരുപത്തഞ്ചു പൈസ തുട്ടെടുത്ത് ഒരു ചീട്ടിന്റെ പുറത്തു വെച്ചു.

അവന് അമ്പതു പൈസ തിരികെ കിട്ടി.

ഒരു കുട്ടി കളിയിൽ നേടിയതു കണ്ട് ചുറ്റും നിന്നവർ പല പല ശബ്ദങ്ങളുണ്ടാക്കി. അടുത്ത തവണ അവൻ അമ്പതു പൈസ വെച്ചു. ഒരു രൂപ തിരികെ കിട്ടി. ആളുകൾ വീണ്ടും ഒച്ചവെച്ചു.

“വെയ്‌രാജവെയ്...”

ഇതൊക്കെ എത്ര കണ്ടിരിക്കുന്നു എന്ന മട്ടിൽ കളിക്കാരൻ വർദ്ധിത വീര്യത്തോടെ ചീട്ടുകളിട്ടു.

നാട്ടി ഒരു രൂപ ഒരു ചീട്ടിനു പുറത്തു വെച്ചു. അതു കണ്ട് വേറെയുമാളുകൾ അതിൽതന്നെ കാശുവെച്ചു.

കളിക്കാരന്റെ മുഖത്ത് ചെറിയൊരാശങ്ക നിഴലിക്കുന്നത് അവൻ കണ്ടു.

എല്ലാവർക്കും ഇരട്ടി പണം കൊടുക്കുമ്പോൾ അയാൾ അവനെ സൂക്ഷിച്ചു നോക്കി.

അടുത്ത തവണ അവൻ ഇരുപത്തഞ്ചു പൈസ തുട്ടുവെച്ച ചീട്ടിൽ വേറെ പലരും പണം വെച്ചു.

എല്ലാവർക്കും നഷ്ടമായി. ആ പണം വാരിയെടുക്കുമ്പോഴും കളിക്കാരൻ അവനെ തുറിച്ചു നോക്കി.

"വെയ് രാജാ വെയ്..." അയാൾ വീണ്ടും ചീട്ടിട്ടു.

ഇത്തവണ അവൻ ഒരു ചീട്ടിനു പുറത്ത് രണ്ടു രൂപ വെച്ചതു കണ്ട് അമ്പരപ്പിന്റെ ഒരു മുഴക്കം ചുറ്റും നിന്നുയർന്നു. വേറെ ആരും പണം വെച്ചില്ല. അവനു നാലു രൂപ തിരിച്ചു കൊടുക്കുമ്പോൾ കഷണ്ടിക്കാരന്റെ കൈ വിറയ്ക്കുന്നതായി അവനു തോന്നി.

പതുക്കെ കളിയിൽ അവൻ മാത്രമായി. ചുറ്റും ആളുകൾ കൂടിവന്നു. ആരവം ഉച്ചത്തിലായി. കളിക്കാരൻ ഒന്നും പറയാതെ തന്നെ ചീട്ടുകളിടാൻ തുടങ്ങി. നോട്ടുകൾ വെയ്ക്കുമ്പോഴൊക്കെ അവനും ചില്ലറ തുട്ടുകൾ വെയ്ക്കുമ്പോഴൊക്കെ അയാളും ജയിക്കുന്ന സ്ഥിതിയായി. കയ്യിലുള്ള പണം തീരുന്നതുവരെ കളിക്കാരൻ എഴുന്നേൽക്കാൻ പാടില്ലെന്നാണു നിയമം. കളിക്കാൻ വരുന്നവർക്ക് ഏതു നേരവും പിൻവാങ്ങാം.

കഷണ്ടിക്കാരന്റെ പോക്കറ്റ് ഏതാണ്ട് കാലിയായി. അയാൾ ദയനീയമായി അവനെ നോക്കി. എന്താണു സംഭവിക്കുന്നതെന്നറിയാതെ മണികണ്ഠൻകുട്ടിക്കു പേടിയായി. തന്റെ ചേട്ടന് എന്തെങ്കിലും സംഭവിക്കുമെന്ന് കരുതി അവൻ കരച്ചിലിന്റെ വക്കിലാണ്.

തുടർച്ചയായി അമ്പതു പൈസയുടെ രണ്ടു കളികൾ തോറ്റതോടെ അവൻ കളി നിർത്തി എഴുന്നേറ്റു. ചുറ്റുമുള്ളവർ എന്തു പറയണമെന്നറിയാതെ അന്തിച്ചു നിൽക്കുകയാണ്. കളിക്കാരൻ അപ്പോഴും ദയനീയമായി അവനെ നോക്കുന്നുണ്ട്. അവൻ അനുജന്റെ കൈ പിടിച്ച് കൂട്ടത്തിൽ നിന്നു പുറത്തു കടന്നു. വേഗം താഴേക്കിറങ്ങി ചന്ത മുറിച്ചു കടന്ന് മൂസാപ്പാപ്പയുടെ കടയിലെത്തി. ഒന്നുമറിയാത്തതുപോലെ ഒരു മൂലയിലിരുന്നു.

കുട്ടി ഇപ്പോഴും പേടിയിലാണെന്ന് അവനു തോന്നി. എന്താണ് സംഭവിച്ചതെന്ന് അവന് മനസ്സിലായിട്ടില്ല. കുറച്ചു നേരം അവിടെയിരുന്നതിനു ശേഷം അവർ വായനശാലയിലേയ്ക്കു നടന്നു. അ

കത്തുകയറി പത്രം വായിക്കാൻ തുടങ്ങി.

പോക്കറ്റിൽ എത്ര രൂപയുണ്ടെന്ന് അവനു തിട്ടമില്ല. നല്ലൊരു തുകയുണ്ട്. കൈതാഴ്ത്തി പോക്കറ്റിൽ തടവിക്കൊണ്ടിരിക്കെ കളിയുടെ ഒടുവിൽ കഷണ്ടിക്കാരന്റെ കണ്ണുകളിൽ കണ്ട ദൈന്യത അവൻ ഓർത്തു.

ചേട്ടൻ എന്തിനാണ് ഇടയ്ക്കിടെ പുറത്തേയ്ക്കു നോക്കുന്നതെന്ന് കുട്ടി സംശയിച്ചു. ആരെങ്കിലും ഉപദ്രവിക്കുമോ? അങ്ങനെയൊക്കെ കേട്ടിട്ടുണ്ട്. കളിക്കാർ പലരും ക്രൂരന്മാരും കുറ്റവാളികളുമൊക്കെയാണെന്നും കൂട്ടുകാർ പറയാറുണ്ട്. അവൻ പത്രവായന നിർത്തി വെറുതെയിരുന്നു.

ഉച്ചയായിട്ടുണ്ട്. വായനശാലയിൽ ഇപ്പോൾ മറ്റാരുമില്ല. ചന്തയിലെ തിരക്കിനും കുറവുണ്ട്. ഇനി മൂന്നുമണി കഴിഞ്ഞാലേ ആളുകൾ വന്നു തുടങ്ങൂ. പിന്നെ സന്ധ്യയാകുന്നതുവരെ വലിയ തിരക്കും ബഹളവുമായിരിക്കും.

വായനശാലയുടെ വാതിൽക്കൽ വന്നു നിൽക്കുമ്പോൾ നാട്ടി കണ്ടു. കഷണ്ടിക്കാരൻ ഒരു സഞ്ചിയും തൂക്കിപ്പിടിച്ച് വരുന്നു. മുമ്പിലെത്തിയപ്പോൾ അവൻ ഒച്ചയുണ്ടാക്കി. അവനെ കണ്ടപ്പോൾ അയാളവിടെ നിന്നു. നിനക്കു ഞാൻ വെച്ചിട്ടുണ്ട് എന്ന ഭാവമാണ് അയാളുടെ നോട്ടത്തിനെന്ന് അവനു തോന്നി.

അവൻ ഇറങ്ങിച്ചെന്ന് അയാളെയും കൂട്ടി മടങ്ങി വന്നു. വായനശാലയിൽ ഇപ്പോൾ മൂന്നു പേർ മാത്രം. നാട്ടി പോക്കറ്റിലെ പണം മുഴുവനെടുത്ത് മേശപ്പുറത്തു വെച്ചു. എന്നിട്ടു പറഞ്ഞു:

"എന്റെ കയ്യിൽ രണ്ടു രൂപയേ ഉണ്ടായിരുന്നുള്ളൂ. എനിക്കതു മതി. ബാക്കി നിങ്ങൾക്ക് അവകാശപ്പെട്ടതാണ്."

കേട്ടതു വിശ്വസിക്കാനാവാതെ അയാൾ കണ്ണു തുറിച്ചു. ഏതാനും നിമിഷങ്ങൾ അങ്ങനെ നിന്നശേഷം അയാൾ നേർത്ത ശബ്ദത്തിൽ പറഞ്ഞു:

"വേണ്ട മോനെ. ഇത് നീ കളിച്ചു നേടിയതല്ലേ? നീയെടുത്തോ..."

അവൻ ഒന്നും പറയാൻ നിൽക്കാതെ ഇരു കൈകൊണ്ടും പണം വാരിയെടുത്ത് അയാളുടെ സഞ്ചിയിലിടാൻ തുനിഞ്ഞു. അതോടെ അയാൾ കൈ നീട്ടി.

"നിങ്ങൾ എവിടെയാണ്?"

ചിരിച്ചുകൊണ്ട് അവൻ തിരക്കി. അവന്റെ അരികിലേയ്ക്ക് നീങ്ങിനിന്ന് തോളിൽ കൈവെച്ചുകൊണ്ട് അയാൾ പറഞ്ഞു:

"കുറച്ചകലെയാണ്. അടുത്ത ജില്ലക്കാരനാ. കിഴക്കങ്ങാടി വഴി പോകണം. ചിലപ്പോഴൊക്കെ ഇവിടെ കളിക്കാൻ വരും.... നിങ്ങളോ?"

"ഇവിടെ അടുത്തു തന്നെ. ഈ സ്കൂളിൽ പഠിക്കുന്നവരാ..."

"എനിക്കും നിങ്ങളെപ്പോലെ മൂന്നു മക്കളുണ്ട്. മൂന്നു പേർക്കും സ്കൂളു തുറക്കുമ്പോൾ പുതിയ ഉടുപ്പു വേണമെന്നു പറഞ്ഞു ബഹളമാണ്. അതിനാണ് ഇവിടെ വന്നത്. ഈ ചന്തയിൽ വന്നപ്പോഴൊന്നും മോശമായിട്ടില്ല. പക്ഷേ, ഇന്ന്..."

അയാൾ പൂർത്തിയാക്കാതെ നിർത്തി. നാട്ടി ഒരു കുസൃതിച്ചിരി ചിരിച്ചു:

"ഇന്നത്തെ പൈസയല്ലേ ഇത്?"

"സന്തോഷമായി മോനേ... കടുത്ത പണിക്കൊന്നും പോവാൻ വയ്യ. ഈ തടിയാകെ ചിതലാ... ജീവിക്കാൻ വേണ്ടിയാ ഈ കളിയുമായി ഊരു ചുറ്റുന്നത്... മോൻ നന്നായി വരും..."

അയാളുടെ കൈ തന്റെ തോളിലമരുമ്പോൾ ആ കണ്ണുകൾ നിറയുന്നതും അവൻ കണ്ടു.

"പിന്നെ ഒരു കാര്യം..." അയാൾ മുറ്റത്തേയ്ക്കിറങ്ങുമ്പോൾ അവൻ പറഞ്ഞു:

"ഇനി കളിക്കാൻ പുതിയ ചീട്ടുകളെടുക്കണം..."

ഒരു നിമിഷം അവനെ നോക്കിനിന്ന ശേഷം ഒന്നും മിണ്ടാതെ അയാൾ നടന്നു നീങ്ങി.

മടക്കത്തിൽ, എന്താണു സംഭവിച്ചതെന്ന് കുട്ടി ചോദിക്കുകയുണ്ടായി. വലതു കൈയുടെ ചൂണ്ടുവിരൽ നീട്ടിക്കാണിച്ചിട്ട് അവൻ പറഞ്ഞു:

"ഈ നഖം കണ്ടോ? ഇതുകൊണ്ടാണ് പണിയൊപ്പിച്ചത്. ആദ്യം പൈസ വെയ്ക്കുമ്പോൾ നഖം കൊണ്ട് ചീട്ടിന്റെ പുറത്ത് ഒന്നമർത്തി. അതാരും അറിഞ്ഞില്ല."

മണികണ്ഠൻ പിന്നീട് ഈ സംഭവം ഓർത്തോർത്ത് ചിരിക്കുമായിരുന്നു.

നക്ഷത്രം

ദൃശ്യമാധ്യമങ്ങളുടെ വരവിനു മുമ്പ് പത്താം ക്ലാസ് പരീക്ഷയുടെ ഫലം പത്രങ്ങളിൽ പ്രസിദ്ധീകരിക്കാറാണ് പതിവ്. ജയിച്ചവരുടെ രജിസ്റ്റർ നമ്പറുകൾ ക്രമത്തിൽ അച്ചടിക്കും. ഫസ്റ്റ് ക്ലാസ് (60 ശതമാനത്തിൽ കൂടുതൽ) കിട്ടിയവരുടെ നമ്പറിനു മുകളിൽ നക്ഷത്രചിഹ്നം ചേർത്തിരിക്കും.

ഞാനൊരു കഥ പറയുകയാണെന്നു തോന്നുന്നുണ്ടോ? ഒരിക്കലുമല്ല. ഇതൊക്കെ നടന്ന കാര്യങ്ങളാണ്. സത്യമാണ്. നാരായണൻകുട്ടിയെയും എന്നെയും നിങ്ങളെയും പോലെ ജീവനുള്ള സത്യം.

ഹൈസ്കൂളിലെത്തിയതോടെ നാരായണൻകുട്ടി ഒരു മുതിർന്ന മനുഷ്യന്റെ മട്ടിൽ പെരുമാറാൻ തുടങ്ങി. ഒരർത്ഥത്തിൽ അവൻ ഗൃഹനാഥനുമാണല്ലോ. അനുജന്റെ മുഴുവൻ ചുമതലയും അവൻ ഏറ്റെടുത്തപോലെയായി. സ്കൂളിലെത്തിയാലും എല്ലാവരോടും ഗൗരവത്തോടെയാണ് ഇടപെടുക. നന്നായി പഠിക്കുന്ന, അച്ചടക്കമുള്ള, ഉത്തരവാദിത്തമുള്ള കുട്ടി എന്ന നിലയിൽ അധ്യാപകർക്കും അവനെ ഇഷ്ടമായിരുന്നു.

അതിനു മറ്റൊരു ഫലമുണ്ടായി. മുമ്പ് അവനെ നാട്ടി എന്നു ചുരുക്കി വിളിച്ചിരുന്ന ചുറ്റുപാടും നിന്നു വന്നവർ പോലും ആ വിളി നിർത്തി പകരം നാരായണൻകുട്ടി എന്നു തന്നെ വിളിക്കാൻ തുടങ്ങി. സ്കൂളിന് പുറത്തിറങ്ങിയാലും ആരും അവനെ നാട്ടി എന്നു വിളിക്കാതായി. ഒടുവിൽ അമ്മയും വീട്ടിൽ വിരുന്നുവരുന്ന ബന്ധുക്കളും മാത്രം വിളിക്കുന്ന പേരായി അത് മാറി. കുട്ടി മാത്രം ഏതു നേരവും പിറകിൽ നടന്ന് നാട്ട്യേട്ടാ എന്നുതന്നെ വിളിച്ചുപോന്നു. അതവന് ഇഷ്ടമായിരുന്നു. തന്റെ ചുറ്റുപാടും നടക്കുന്ന

ഈ മാറ്റങ്ങളൊന്നും നാരായണൻകുട്ടി ഗൗനിച്ചിരുന്നില്ല എന്നതാണ് സത്യം.

ജീവിതത്തിന് കൃത്യമായ ഒരു താളമുള്ളതായി നാരായണൻകുട്ടി തിരിച്ചറിഞ്ഞു. അത് ഒരു ദിവസത്തിന്റെ മാത്രം താളമല്ല, മറിച്ച് സ്ഥായിയായ ഒരു താളം. മകരക്കൊയ്ത്തും കന്നിക്കൊയ്ത്തും വയലുകളാൽ ചുറ്റപ്പെട്ട താന്നിക്കുന്നിന് വിശേഷപ്പെട്ട കാലമാണ്. ഭൂവുടമകൾക്കും കർഷക തൊഴിലാളികൾക്കും ആ സമയങ്ങളിൽ മറ്റൊന്നും ചിന്തിക്കാൻ സമയമുണ്ടാകില്ല. അച്ഛന്റെ മരണത്തിനുശേഷം നാരായണൻകുട്ടിക്കും അങ്ങനെതന്നെ. അമ്മ എല്ലാ ദിവസവും കൊയ്യാൻ പോകും. ഒഴിവുദിവസങ്ങളിൽ പൂർണ്ണമായും മറ്റു ദിവസങ്ങളിൽ രാവിലെയും വൈകുന്നേരവും നാരായണൻകുട്ടിയും അനുജനും അമ്മയെ സഹായിക്കാൻ പാടത്തിറങ്ങും. രാവിലെ കൊയ്യാനാണെങ്കിൽ വൈകുന്നേരം പൂർണ്ണമായും കറ്റകെട്ടാൻ. ചെറിയ തോതിൽ കുട്ടിയും കറ്റകെട്ടാറുണ്ട്.

മകരക്കൊയ്ത്തു കഴിഞ്ഞാൽ പിന്നെ കൊല്ലപ്പരീക്ഷയ്ക്കുള്ള പഠനമായി. പത്താം തരത്തിൽ നല്ല മാർക്കോടെ പാസാകണമെന്ന് നാരായണൻകുട്ടിക്ക് വാശിയുണ്ട്. എന്നിട്ടു വേണം കോളേജിൽ ചേർന്നു പഠിക്കാൻ. പഠിക്കാനുള്ളതൊന്നും പിന്നത്തേക്കു വെയ്ക്കുന്ന സ്വഭാവമില്ല. എല്ലാ പരീക്ഷയിലും നല്ല മാർക്കും നേടുന്നുണ്ട്. എന്നാലും വർഷാവസാനം നടക്കുന്ന പരീക്ഷയെ അവനു പേടിയാണ്.

കൊല്ലപ്പരീക്ഷ കഴിഞ്ഞാൽ സ്കൂളടയ്ക്കും. പിന്നെ മറ്റു ചിന്തയൊന്നുമില്ല. അണ്ടികളി തന്നെ. അത് വെറും കളിയല്ലല്ലോ അവന്. ഒരു വർഷത്തേയ്ക്കാവശ്യമായ സമ്പാദ്യത്തിനുള്ള അവസരമാണ്. ഇപ്പോൾ കുട്ടിയും മോശമില്ലാതെ കളിക്കും. എന്നാലും ഒരുമിച്ച് ദൂരദിക്കുകളിൽ പോയി കളിക്കുമ്പോൾ ചേട്ടന്റെ സഹായിയായി നിൽക്കാനാണ് കുട്ടിക്കിഷ്ടം.

എടവപ്പാതിക്കാണ് സ്കൂൾ തുറക്കുന്നത്. പെരും മഴയുടെ അക്കാലങ്ങളിൽ അമ്മയ്ക്ക് പാടത്ത് പണികളുണ്ടാവും. മുട്ടോളം വലുപ്പത്തിൽ വളർന്നു നിൽക്കുന്ന നെല്ലിനിടയിൽ പലതരം കളകളും തലപൊക്കുക അക്കാലത്താണ്. അതെല്ലാം കണ്ടെത്തി പിഴുതുകളയണം. അമ്മയും ഏതാനും സ്ത്രീകളും ആ തൊഴിലിൽ പ്രാവീണ്യമുള്ളവരാണ്. ഓണത്തിനുമുമ്പ് അടുത്ത കൊയ്ത്തുകാ

ലം. കന്നിക്കൊയ്ത്തെന്നാണ് പേരെങ്കിലും ചിങ്ങമാസത്തിനു തൊട്ടുമുമ്പ് കൊയ്ത്തു തുടങ്ങും.

കൊയ്ത്തു കഴിഞ്ഞാൽ ഓണമായി. അതിനു മുമ്പ് കാൽക്കൊല്ലപ്പരീക്ഷ നടക്കും. ഓണക്കാലം എല്ലാവർക്കും അവധിയാണല്ലോ. അമ്മയുടെ വീട്ടിലും അച്ഛന്റെ തറവാട്ടിലുമൊക്കെ വിരുന്നു പോകുന്നത് ആ ദിവസങ്ങളിലാണ്.

അവധി കഴിഞ്ഞ് സ്കൂൾ തുറക്കുന്നതോടെ മൂരികളെക്കൊണ്ട് പൂട്ടി കുഴമ്പുപരുവത്തിലാക്കിയ പാടങ്ങളിൽ നാട്ടിപ്പണി തുടങ്ങും. ഞാറു പറിക്കലാണ് അമ്മയുടെ പണി. പലർക്കായി ദിവസങ്ങളോളം ഞാറുപറിക്കാൻ പോകും. ഒഴിവു കിട്ടിയാൽ നാരായണൻകുട്ടിയും അമ്മയെ സഹായിക്കാൻ പാടത്തിറങ്ങും.

ഞാറ് വേരുപിടിച്ച് വളർന്നു തുടങ്ങുന്നതോടെ വെള്ളമൊക്കെ വറ്റും. പാടങ്ങൾ വരണ്ടുപോകും. അപ്പോഴും കളകൾ മുളച്ചു വരും. അതൊന്നും കൈകൊണ്ടു പറിച്ചുകളയാൻ കഴിയില്ല. വീതി കുറഞ്ഞ ചെറിയ കൈക്കോട്ടുപയോഗിച്ച് ചെത്തിക്കളയണം. നുരുക്കൊത്തൽ എന്നാണതിനു പറയുക. അതിനായി പ്രത്യേകം തയ്യാറാക്കുന്ന നുരുക്കൈക്കോട്ടുകളുമുണ്ട്. അമ്മയ്ക്ക് അത്തരം മൂന്നു കൈക്കോട്ടുകളുണ്ട്. മുട്ടോളം വളർന്ന് നിൽക്കുന്ന നെൽച്ചെടികൾക്കിടയിലെ കളകൾ നുരുക്കൈക്കോട്ടുപയോഗിച്ച് ചെത്തിക്കളയുന്ന കാഴ്ച കാണേണ്ടതുതന്നെയാണ്. അമ്മ എത്ര വേഗത്തിലാണ് ആ ജോലി ചെയ്യുന്നതെന്ന് നാരായണൻകുട്ടി വിസ്മയിച്ചിട്ടുണ്ട്. ഒരു നെൽച്ചെടിപോലും ഇളകിപ്പോകാൻ പാടില്ല. പിന്നെപ്പിന്നെ അവനും അമ്മയെ സഹായിക്കാൻ തുനിഞ്ഞു.

"മോനെ നോക്കണേ..." അമ്മ മുന്നറിയിപ്പു കൊടുക്കും.

"കള പോയില്ലെങ്കിലും സാരല്ല്യ.. നെല്ലിനൊന്നും പറ്റരുത്."

അവൻ വളരെ കരുതലോടെ ഓരോ കളയും ചെത്തി മാറ്റാൻ ശ്രമിച്ചു. പതുക്കെപ്പതുക്കെ വേഗതയിൽ ജോലിചെയ്യാമെന്നായി. കുട്ടിയും അവരെ സഹായിക്കാൻ തുനിഞ്ഞെങ്കിലും അമ്മ സമ്മതിച്ചില്ല. കുട്ടികൾക്കു ചെയ്യാവുന്ന പണിയല്ല നുരുക്കൊത്തൽ എന്ന് അമ്മ തീർത്തുപറഞ്ഞു. അവൻ വരമ്പത്തു ചെന്നിരുന്ന് അമ്മയും ചേട്ടനും വേഗത്തിൽ പണി ചെയ്യുന്നതു നോക്കി ആസ്വദിക്കും.

വീണ്ടും മകരക്കൊയ്ത്ത്. അതിനുമുമ്പ് അരക്കൊല്ലപ്പരീക്ഷ. തു

ടർന്ന് ക്രിസ്മസ് അവധി. അതു പൂർണ്ണമായും കളിക്കാനുള്ള അവധിയാണ്. അതു കഴിഞ്ഞാൽ പിന്നെ മൂന്നു മാസം പഠനം തന്നെയാണ്. കൊല്ലപ്പരീക്ഷ മാർച്ചിലാണല്ലോ.

എട്ടാം ക്ലാസിലും ഒമ്പതാം ക്ലാസിലും പത്താം ക്ലാസിലും നാരായണൻകുട്ടി നല്ല നിലയിൽ വിജയിച്ചു. മണികണ്ഠൻ ഏഴാം ക്ലാസിലെത്തിയിരിക്കുന്നു. മണികണ്ഠൻകുട്ടി എന്ന് അവനെ ആരും വിളിക്കാറില്ല. സ്കൂളിലും നാട്ടിലുമൊക്കെ അവൻ മണികണ്ഠനാണ്. കുട്ടി എന്ന വിളിപ്പേര് അവന്റെ അമ്മയുടെയും ചേട്ടന്റെയും ചുണ്ടുകളിൽ മാത്രം അവശേഷിച്ചു.

കിഴക്കങ്ങാടിയിൽ അണ്ടിയേറു കളിക്കാൻ പോയി മടങ്ങി വരുമ്പോഴാണ് പത്താം ക്ലാസിന്റെ പരീക്ഷാഫലം വന്ന വിവരമറിഞ്ഞത്. അവർ നേരെ സ്കൂളിലേക്ക് നടന്നു. ഹെഡ്മാസ്റ്ററും ഏതാനും അധ്യാപകരും ഒട്ടേറെ നാട്ടുകാരും അവിടെയുണ്ടായിരുന്നു.

"ദാ, നമ്മുടെ ഒരു നക്ഷത്രം വരുന്നു..."

അവരെ അകലെ കണ്ടപ്പോൾ ഹെഡ്മാസ്റ്റർ വിളിച്ചു പറഞ്ഞു. അദ്ദേഹം വരാന്തയുടെ അറ്റത്തുവന്ന് നാരായണൻകുട്ടിയെ കൈപിടിച്ച് വാരാന്തയിലേയ്ക്കു കയറ്റി. ഇടതു കൈകൊണ്ട് ചേർത്തുപിടിച്ചുകൊണ്ട് മാഷ് പറഞ്ഞു:

"കൺഗ്രാജുലേഷൻസ് നാരായണൻ കുട്ടീ. നീ സ്കൂളിന്റെ അഭിമാനമായിരിക്കുന്നു. ഇക്കൊല്ലത്തെ ആറു ഫസ്റ്റ് ക്ലാസുകളിൽ ഒന്നു നിനക്കാണ്."

അതവനു വിശ്വസിക്കാൻ കഴിഞ്ഞില്ല. അവൻ തിരിഞ്ഞ് അനുജനെ നോക്കി. കുട്ടി അന്തം വിട്ടുനിൽക്കുകയാണ്. അധ്യാപകരും രക്ഷിതാക്കളും സഹപാഠികളുമൊക്കെ അഭിനന്ദനങ്ങൾകൊണ്ട് അവനെ പൊതിഞ്ഞു. അവനു വീർപ്പുമുട്ടുന്നതു പോലെ തോന്നി.

വാസ്തവത്തിൽ നാരായണൻകുട്ടി മാത്രമേ ഫസ്റ്റ് ക്ലാസ് കിട്ടിയ ആറു പേരിൽ സാധാരണക്കാരനായി ഉണ്ടായിരുന്നുള്ളൂ. ഒന്ന് ഡെപ്യൂട്ടി ഹെഡ്മാസ്റ്ററുടെ മകളായിരുന്നു. പ്രൈമറിയിലെയും ഹൈസ്കൂളിലെയും ഓരോ അധ്യാപകരുടെ മക്കൾ. ബാക്കിയുള്ള രണ്ടുപേരും ഉന്നത ഉദ്യോഗസ്ഥരായ മാതാപിതാക്കളുടെ മക്കളും.

എത്രയും വേഗം അമ്മയെ കാണണമെന്ന് നാരായണൻകുട്ടിക്കു തോന്നി. ഒരു കുതിപ്പിനു മുറ്റത്തേയ്ക്കു ചാടി ഓടാനാഞ്ഞതാണ്. അപ്പോഴാണ് അവന്റെ ക്ലാസിലെ ഒരു കുട്ടി വന്ന് മൂസാപ്പാ

പ്പ വിളിക്കുന്ന കാര്യം പറഞ്ഞത്. സ്കൂളിനു താഴെ സ്റ്റേഷനറിക്കട നടത്തുന്ന മൂസാപ്പാപ്പ നാട്ടുകാർക്കൊക്കെ പ്രിയപ്പെട്ട കാരണവരാണ്. എല്ലാവരുടെയും മൂസാപ്പാപ്പയുമാണ്. അനുജനെയും കൂട്ടി നാരായണൻകുട്ടി അങ്ങോട്ടു ചെന്നു.

"ആ... വാ, വാ... നക്ഷത്രമോൻ വാ..."

മൂസാപ്പാപ്പ പല്ലില്ലാത്ത മോണ കാട്ടി അവനെ ക്ഷണിച്ചു.

"ഫസ്റ്റ്ക്ലാസടിച്ചില്ലേ.... മിട്ക്കൻ... ഇന്നാ പിടിച്ചോ ഉപ്പാപ്പാന്റെ വക സമ്മാനം..."

വലിയ പ്ലാസ്റ്റിക് കുപ്പിയിൽ നിറച്ചുവച്ച മിഠായി ഒരു പിടി വാരി അതേപടി അവനു നീട്ടി. രണ്ടു കയ്യും ചേർത്തുപിടിച്ച് അവനതു സ്വീകരിച്ചു.

"പോരാ പോരാ.... ഇനീമുണ്ട്..." എന്നു പറഞ്ഞ് ഒരു പിടി കൂടി വാരിക്കൊടുത്തു. ആ സ്നേഹവായ്പിൽ നാരായണൻകുട്ടിയുടെ കണ്ണു നിറഞ്ഞു. വാസ്തവത്തിൽ അവൻ മൂസാപ്പാപ്പയുടെ കടയിൽ നിന്ന് മിഠായി വാങ്ങാറില്ല. ഒരു കടയിൽ നിന്നും മിഠായി വാങ്ങിത്തിന്നുന്ന പതിവ് അവനില്ലല്ലോ. എന്നിട്ടും മൂസാപ്പാപ്പ അവനെ അനുഗ്രഹിച്ചിരിക്കുന്നു. കണ്ടവർക്കൊക്കെ കൊടുക്കാനാണ് മിഠായി തരുന്നതെന്നും പറഞ്ഞിട്ടുണ്ട്. അങ്ങനെ എല്ലാവർക്കും മിഠായി കൊടുത്തുകൊണ്ട് അവർ കുന്നിറങ്ങി. വായനശാലയുടെ മുമ്പിലെത്തിയപ്പോൾ അന്നത്തെ പത്രം നിവർത്തിപ്പിടിച്ച് വായനശാല കേശവേട്ടൻ എന്നറിയപ്പെടുന്ന ലൈബ്രേറിയൻ അവനെ സമീപിച്ചു. പത്രത്തിൽ പരീക്ഷാ ഫലത്തിനു താഴെ അവന്റെ നമ്പറിനു നേരെയുള്ള നക്ഷത്ര ചിഹ്നം കാണിച്ചുകൊടുത്തു. അപ്പോൾ മാത്രമാണ് ഹെഡ്മാസ്റ്ററും മൂസാപ്പാപ്പയും നക്ഷത്രത്തിന്റെ കാര്യം പറഞ്ഞതിന്റെ രഹസ്യം അവനു തിരിഞ്ഞുകിട്ടിയത്.

വീട്ടിൽ അമ്മ അവരെ കാത്തിരിപ്പുണ്ടായിരുന്നു. നാരായണൻകുട്ടിക്കു ഫസ്റ്റ് ക്ലാസ് കിട്ടിയ വിവരം അമ്മ നേരത്തെ അറിഞ്ഞിരുന്നു. മറ്റാരുമല്ല ഞാൻ തന്നെയാണ് വിവരം പറഞ്ഞത്. റിസൾട്ട് വരുന്ന ദിവസം സ്കൂളിൽ പോവുക എന്റെ സ്വഭാവമാണ്. വഴിയിൽ വായനശാലയിൽ കയറി ആറുപേർക്ക് ഫസ്റ്റ് ക്ലാസുണ്ടെന്ന് നക്ഷത്രചിഹ്നം എണ്ണി നോക്കി മനസ്സിലാക്കുകയും ചെയ്തു. അതിലൊന്ന് നാരായണൻകുട്ടിയാണെന്ന് ഓഫീസിൽ ചെന്നപ്പോഴാണ് അറിഞ്ഞത്.

വേഗം മടങ്ങിവന്ന് നേരെ അയൽവീട്ടിൽ കയറി ലീലയെ വിവരമറിയിക്കുകയും ചെയ്തു. സന്തോഷം കൊണ്ട് എന്തു ചെയ്യണമെന്നറിയാതെ ആ പാവം വെപ്രാളപ്പെട്ടു. നാരായണൻകുട്ടിയും മണികണ്ഠനും എവിടെ എന്നു ഞാൻ തിരക്കിയതാണ്. രാവിലെ കളിക്കാൻ പോയെന്നു മറുപടിയും കിട്ടി.

നട്ടുച്ചക്ക് വിയർത്തുകുളിച്ച് ഓടിവരുന്ന മക്കളെ അവർ ചേർത്തു പിടിച്ചു. അമ്മ എന്തിനാണു കരയുന്നതെന്ന് മണികണ്ഠനു മനസ്സിലായില്ല. സന്തോഷം പങ്കിടാൻ അച്ഛനില്ലാതെ പോയല്ലോ എന്ന സങ്കടം നാരായണൻകുട്ടിയെയും സങ്കടത്തിലാഴ്ത്തി. അവൻ അകത്തു ചെന്ന് അച്ഛന്റെ പടത്തിനു മുമ്പിൽ കൈകൂപ്പി.

പിന്നെ നാരായണൻകുട്ടി അണ്ടിയേറ് കളിക്കാൻ പോയിട്ടില്ല. കൈവശമുണ്ടായിരുന്ന വലിയ ഏതാനും ഏറണ്ടികൾ അനുജനു കൈമാറി.

"ഇനി നീ കളിച്ചോ."

"അപ്പോൾ നാട്ട്യേട്ടനോ?"

മാസങ്ങളായി രഹസ്യമാക്കിവെച്ചിരുന്ന ഒരു കാര്യം അപ്പോൾ അവൻ അനുജന്റെ മുമ്പിൽ അവതരിപ്പിച്ചു. അമ്മയും കൂടി കേൾക്കാനായി അവനെ അടുക്കളയിലേയ്ക്ക് കൂട്ടിക്കൊണ്ടുപോയി അവിടെവെച്ചാണ് പറഞ്ഞത്.

താന്നിക്കുന്നിന്റെ പടിഞ്ഞാറേ ചെരിവിലാണ് താന്നിപ്പുഴ. പുഴയ്ക്കക്കരെ ചെറിയ ഒരങ്ങാടിയുണ്ട്. താന്നിക്കുന്നുകാർ അക്കര്യങ്ങാടി എന്നു പറയും. അക്കരെ താമസിക്കുന്നവർ പുഴയങ്ങാടി എന്നാണ് പറയാറുള്ളത്. ഏതായാലും അവിടെ ഒരു ട്യൂഷൻ സെന്ററുണ്ട്. അഞ്ചാം ക്ലാസുമുതൽ പത്താം ക്ലാസുവരെ പഠിക്കുന്ന കുട്ടികൾക്കാണ് ട്യൂഷൻ. അവിടെനിന്നു വരുന്ന ചില കൂട്ടുകാരാണ് നാരായണൻകുട്ടിയോട് കാര്യം പറഞ്ഞത്. അവന്റെ അടുത്ത കൂട്ടുകാരൻ ദിനേശന്റെ ചേട്ടനാണത്രേ ട്യൂഷൻ സെന്ററിന്റെ നടത്തിപ്പുകാരൻ. ദിനേശനും സംഘവും നാരായണൻകുട്ടിയെ അവിടെ ക്ലാസെടുക്കാൻ ക്ഷണിക്കുകയും ചെയ്തു. അവൻ നന്നായി പഠിക്കുമെന്നതു മാത്രമല്ല അവരെ അതിനു പ്രേരിപ്പിച്ചത്. മറിച്ച് എന്തു സംശയം ചോദിച്ചാലും അതു തീർത്തു കൊടുക്കാനുള്ള കഴിവും അവനുണ്ടെന്നു മനസ്സിലാക്കിയാണ്.

പത്തിലെ റിസൾട്ടു വന്നിട്ടു പറയാം എന്നാണ് നാരായണൻ

കുട്ടി മറുപടി കൊടുത്തത്. പരീക്ഷ പാസാകാതെ മറ്റുള്ളവരെ പഠിപ്പിക്കാൻ പോകാമോ? ഇപ്പോഴിതാ ഫസ്റ്റ് ക്ലാസ് തന്നെ കിട്ടിയിരിക്കുന്നു.

മറ്റൊരു കാര്യം കൂടിയുണ്ട്. ഇനിയുള്ള പഠനം കോളേജിലാണ്. അക്കരെയാണ് കോളേജുള്ളത്. ട്യൂഷൻ സെന്ററിൽ നിന്ന് രണ്ടു മൈൽ നടന്നാൽ മതിയെന്നാണ് കൂട്ടുകാർ പറഞ്ഞിരിക്കുന്നത്. അങ്ങനെയെങ്കിൽ ട്യൂഷനും പഠനവും വലിയ പ്രയാസമില്ലാതെ ഒരുമിച്ചു കൊണ്ടുപോകാമല്ലോ.

മകന്റെ വർത്തമാനം ലീല തരിച്ചിരുന്നു കേട്ടു. എല്ലാം അവൻ ആലോചിച്ചിരിക്കുന്നു, തീരുമാനിച്ചിരിക്കുന്നു. അവർക്ക് മകനെയോർത്ത് അഭിമാനം തോന്നി.

മണികണ്ഠൻ താനിനി തനിച്ചു കളിക്കാൻ പോകണമല്ലോ എന്നോർത്ത് സങ്കടപ്പെട്ടു.

മഴ

അന്നു രാത്രി പെരും മഴയായിരുന്നു. മണ്ണിനെ പൊതിഞ്ഞ് അമർന്നു കിടന്നിരുന്ന ചുട്ടു പഴുത്ത വായുവിന്റെ മണം മൂക്കിലേക്ക് അടിച്ചു കയറുന്നത് നാരായണൻകുട്ടി അറിഞ്ഞു. കോളേജിൽ ചേരാനുള്ള അപേക്ഷാഫോറം വാങ്ങാൻ പിറ്റേന്നു രാവിലെ പുറപ്പെടണമെന്നു കരുതിയതാണ്.

അവർ ഊണു കഴിച്ചു കിടന്നതേയുള്ളൂ. സന്ധ്യയായപ്പോൾതന്നെ ആകാശം പതിവില്ലാതെ കറുത്തിരുളുകയും വീടിനകത്തും പുറത്തും ഉഷ്ണത്തിന്റെ വേവ് പരക്കുകയും ചെയ്തിരുന്നു. മഴ പെയ്യുമെന്ന് അമ്മ പറയുകയും ചെയ്തു. അത്തവണ ഇടമഴയൊന്നും കിട്ടിയിരുന്നില്ല. സാധാരണ വിഷുവിനു തൊട്ടുമുമ്പോ ശേഷമോ ഒന്നു രണ്ടു മഴ കിട്ടാറുള്ളതാണ്. വരണ്ടു കീറിക്കിടക്കുന്ന പാടങ്ങൾ അത്യാവേശത്തോടെ ദാഹം തീർക്കുന്നതും അപ്പോഴാണ്. പിന്നെ ഇടവപ്പാതിവരെ കുഴപ്പമില്ല.

നാട്ട്യേട്ടൻ നാളെയെങ്ങനെ കോളേജിൽ പോകുമെന്ന് ഇരുട്ടിനോടെന്നപോലെ കുട്ടി ചോദിച്ചു. അമ്മ അതുകേട്ടു ചിരിച്ചു: ഇടമഴ ഒറ്റമഴയാണു മോനേ. ഇതിപ്പോൾ പെയ്തു തീരും.

പിറ്റേന്നു രാവിലെ മുറ്റത്തെ വെള്ളക്കെട്ടു കാണാനാണ് പതിവിലും നേരത്തെ കുട്ടി എഴുന്നേറ്റു ചെന്നത്. കടുത്ത നിരാശയായിരുന്നു ഫലം. മുറ്റത്തിന് യാതൊരു ഭാവമാറ്റവുമില്ല. ഇത്ര കനത്ത മഴ പെയ്തിട്ട് ആ വെള്ളമൊക്കെ ഭൂമി എവിടെ ഒളിപ്പിച്ചു? കുട്ടി സ്വയം ചോദിച്ചു. ആകാശം പതിവുപോലെ വെളുക്കെ ചിരിച്ചു കാണപ്പെട്ടു.

അപ്പോഴാണ് അടുക്കളയിൽ നിന്ന് അമ്മ ഉറക്കെ സംസാരിക്കുന്നത് കേട്ടത്. അവൻ ചെന്നുനോക്കി. അതൊരു വല്ലാത്ത കാഴ്ച

യായിരുന്നു. ചുമരിനു നേരെ മുകളിലുള്ള ഓടിളകി അടുക്കളയാകെ നനഞ്ഞു കുതിർന്നിരിക്കുന്നു. മഴയത്തു മുറ്റത്തിറങ്ങിയതുപോലെ. വീടിനകം അങ്ങനെ നനഞ്ഞു കിടക്കുന്നത് കുട്ടി ആദ്യമായാണ് കാണുന്നത്.

നാരായണൻകുട്ടി ചുമരിൽ ചാരിവെച്ച കോണിയിൽ കയറിനിന്ന് ഓടുകൾ നേരെയാക്കുകയാണ്. അമ്മ താഴെനിന്നു നിർദ്ദേശങ്ങൾ കൊടുക്കുന്നു. എങ്ങനെയാണ് ഓട് ഇളകിയതെന്നു മാത്രം ആർക്കും മനസ്സിലായില്ല. എന്തെങ്കിലും വീഴാൻ അവിടെയൊന്നും മരങ്ങളില്ലല്ലോ.

“പട്ടിക കേടായിട്ടുണ്ടമ്മേ...” നാരായണൻകുട്ടി വിളിച്ചു പറഞ്ഞു.

“ചിതലാണ്. ഒരു വരി ഓട് താണുപോയതാണ്.”

ചുമരിൽ ഓടിനു പുറത്തെ ചെളിയെല്ലാം ഒലിച്ചിറങ്ങിയതിന്റെ പാടുകൾ. കുട്ടിക്കു വല്ലാത്ത സങ്കടം തോന്നി. അമ്മ എത്ര വൃത്തിയായി സൂക്ഷിക്കുന്ന അടുക്കളയാണ്. വെള്ള തേച്ച ചുമരിൽ കൈകൊണ്ടു തൊടാൻ പോലും സമ്മതിക്കാറില്ല.

“ഒന്നുരണ്ടു പട്ടിക മാറ്റേണ്ടിവരും...” നാരായണൻകുട്ടി പറഞ്ഞു.

അതിനെന്തു മറുപടി പറയണമെന്നറിയാതെ അമ്മ വാ പൊളിച്ചു നോക്കുന്നത് കണ്ടപ്പോൾ അവനു സങ്കടമായി. എങ്ങനെയെങ്കിലും പ്രശ്നം തീർക്കണം. രാത്രി വീണ്ടും മഴപെയ്താൽ സ്ഥിതി ഗുരുതരമാകും. പട്ടികയും ഓടും എല്ലാംകൂടി കുത്തിയൊലിച്ചു പോയെന്നും വരും.

അവൻ താഴെയിറങ്ങി. മേലാകെ ചെളി പറ്റിയിരിക്കുന്നു. ചൊറിയുന്നുമുണ്ട്.

“ഒക്കെ ശരിയാക്കാമമ്മേ...” എന്നു മാത്രം പറഞ്ഞ് അവൻ കുളിക്കാൻ പോയി. കോളേജിൽ പോകണം. അപേക്ഷാഫോറം വാങ്ങണം. വഴിയിൽ ട്യൂഷൻ സെന്ററിലും കയറണം. എന്നു മുതലാണ് ക്ലാസെടുക്കാൻ ചെല്ലേണ്ടതെന്ന് അറിയണമല്ലോ.

കുളിച്ചുവന്ന് ചായ കുടിച്ച് പോകാൻ പുറപ്പെടുമ്പോൾ കുട്ടി സങ്കടത്തോടെ നോക്കുന്നത് നാരായണൻകുട്ടി ശ്രദ്ധിച്ചു. എന്നും ഒരുമിച്ചിറങ്ങുന്നതാണ്. ഇനി അതു നടക്കില്ല. കുട്ടി പഴയപോലെ ചെറിയ കുട്ടിയുമല്ല. ഏഴാം ക്ലാസിലേയ്ക്കു ജയിച്ചവനാണ്. തനിച്ചു പോകാനൊന്നും പേടിക്കേണ്ട കാര്യമില്ല. അല്ലെങ്കിലും ചുറ്റു

പാടുമുള്ള ഒരുപാടുപേർ അവന്റെ കൂടെ സ്കൂളിൽ പോകാനുണ്ട്.

അവന്റെ സങ്കടമതല്ല. സ്കൂൾ തുറക്കാൻ ഇനിയും രണ്ടാഴ്ച കഴിയണം. അതുവരെ താൻ തനിച്ചാവും. കോളേജിൽ ചേരാൻ പോകുന്നതിന്റെ ഗമ ചേട്ടന്റെ എടുപ്പിലും നടപ്പിലുമില്ലേ എന്ന് കുട്ടി സംശയിച്ചു. കോളേജ് എങ്ങനെയായിരിക്കുമെന്ന് ഒരു രൂപവുമില്ല. ഇതുവരെ ഒരു കോളേജും കണ്ടിട്ടില്ല. സാരമില്ല, ഒരു ദിവസം ചേട്ടന്റെ കൂടെ പോകാം.

യാത്രപറഞ്ഞു മുറ്റത്തിറങ്ങിയ നാരായണൻകുട്ടി തിരിഞ്ഞുനിന്ന് അമ്മയോടു പറഞ്ഞു: അമ്മേ, കുട്ടി കളിക്കാൻ പൊയ്ക്കോട്ടെ, ഉച്ചയാകുമ്പോ മടങ്ങി വന്നോളും. അപ്പോഴേയ്ക്കും ഞാനും വരും. കേടുവന്ന പട്ടിക ശരിയാക്കണം....

അവൻ മുറ്റം കടന്ന് പാടവരമ്പത്തേയ്ക്ക് തിരിയുന്നത് അമ്മയും കുട്ടിയും നോക്കിനിന്നു. ഉച്ചയോടെ മടങ്ങിവരുമ്പോൾ നാരായണൻകുട്ടിയുടെ കൂടെ ഒരു സുഹൃത്തുമുണ്ടായിരുന്നു. അവന്റെ കൂടെ പഠിക്കുന്നവനാണെന്നാണ് അമ്മ കരുതിയത്. സംസാരിച്ചപ്പോഴാണ് പ്രായത്തിൽ മൂത്തവനാണെന്നു മനസ്സിലായത്. ട്യൂഷൻ സെന്ററിന്റെ നടത്തിപ്പുകാരനാണെന്നും.

കടവു കടന്ന് നേരെ കോളേജിൽ പോയി അപേക്ഷാഫോറം വാങ്ങി നാരായണൻകുട്ടി മടക്കത്തിലാണ് ട്യൂഷൻ സെന്ററിൽ കയറിയത്. കടവിൽ നിന്ന് പത്തുമിനുട്ട് നടക്കാവുന്ന ദൂരമേയുള്ളൂ. പൊതുവഴിയിൽ നിന്ന് വലത്തോട്ടുതിരിഞ്ഞ് ഒരുപാടവരമ്പിലൂടെ അൽപദൂരം നടന്നാൽ വിശാലമായ തെങ്ങിൻതോട്ടമാണ്. അവിടെയാണ് ട്യൂഷൻ സെന്റർ പ്രവർത്തിക്കുന്നത്. തെങ്ങുകൾക്കിടയിൽ ഓലമേഞ്ഞ ഏതാനും ഷെഡുകൾ ദൂരെ നിന്നുതന്നെ കാണാം. രണ്ടു തെങ്ങുകളിൽ വലിച്ചുകെട്ടിയ വെള്ളത്തുണിയിൽ ചുവന്ന മഷികൊണ്ട് വലുതായി എഴുതിവെച്ചിരിക്കുന്നു: ഹരിശ്രീ ട്യൂഷൻ സെന്റർ.

ക്ലാസുകൾ തുടങ്ങിയിട്ടുണ്ട്. അഞ്ചു മുതൽ പത്തുവരെ ക്ലാസുകാരാണ് പഠിക്കാൻ വരുന്നത്. ഒഴിവുകാലമായതിനാൽ പകൽ മുഴുവൻ ക്ലാസുണ്ട്. അതിനാൽ ക്ലാസുകളിൽ സൗകര്യമായി ഇരിക്കാം. സ്കൂളുകൾ തുറന്നാൽ രാവിലെയും വൈകീട്ടും മാത്രമായി ക്ലാസുകൾ ക്രമീകരിക്കും. കോളേജിലേയ്ക്കു പോകുന്ന വഴിയിൽ വലിയൊരു ഹൈസ്കൂളുണ്ട്. തൊട്ടടുത്ത് ഒരു പ്രൈമറി സ്

കൂളും. അവിടെനിന്നാണ് കുട്ടികൾ കൂടുതലും വരുന്നത്. ബാക്കി താന്നിക്കുന്ന് സ്കൂളിലുള്ളവരാണ്.

കയറിവരുന്നിടത്തുള്ള ഓഫീസ് മുറിയിൽ നാരായണൻകുട്ടി കടന്നു ചെല്ലുമ്പോൾ അവിടെ രണ്ടു പേരുണ്ട്. അതിലൊരാൾ ഒരു ബെഞ്ചിൽ മലർന്നു കിടക്കുകയാണ്. ഇരിക്കുന്നതിനു മുമ്പ് പനമ്പിന്റെ വിടവിലൂടെ അടുത്ത ക്ലാസിലേയ്ക്ക് എത്തിനോക്കി. പത്തിരുപതു കുട്ടികളുണ്ട്. അപ്പുറത്തുള്ള ഹാളുകളിലും ക്ലാസുകൾ നടക്കുന്നു.

"നാരായണൻകുട്ടി. അല്ലേ?"

വാതിലിനു നേരെ എതിർവശത്തുള്ള മേശയ്ക്കരികിലിരുന്ന് ഒരാൾ ചോദിച്ചു. മേശയായി അതു മാത്രമേ അവിടെയുള്ളൂ. അതെ എന്നവൻ തലയാട്ടി.

"ഫസ്റ്റ്ക്ലാസ് കിട്ടി. അല്ലേ?കൺഗ്രാജുലേഷൻസ്."

"താങ്ക്യൂ..." ഔപചാരികമായ മറുപടി കൊടുത്തശേഷം ഒഴിഞ്ഞു കിടന്ന ഒരു മരക്കസാലയിൽ അവൻ ഇരുന്നു.

"എന്നെ അറിയുമോ?"

ബെഞ്ചിൽ മലർന്നു കിടന്നയാൾ എണീറ്റ് വന്ന് അടുത്തേയ്ക്ക് നിങ്ങി നിന്നിട്ട് ചോദിച്ചു. അപ്പോഴാണ് അയാളുടെ മുഖം ശരിക്കു കണ്ടത്. ഒരു പരിചയവുമില്ല. നാരായണൻകുട്ടി അയാളുടെ മുഖത്തു നോക്കിയതല്ലാതെ ഒന്നും പറഞ്ഞില്ല. ആകെ ചടച്ച ഒരു മനുഷ്യൻ. കവിളുകൾ ഒട്ടിയിരിക്കുന്നു. എണ്ണമയമില്ലാത്ത മുടി അലങ്കോലമായിക്കിടക്കുന്നു.

"ഞാൻ ദാസൻ. ദിനേശന്റെ ചേട്ടൻ..."

അതു കേട്ടതും നാരായണൻകുട്ടി അറിയാതെ എണീറ്റുപോയി. എന്തു പറയണമെന്നറിയാതെ അവൻ പരുങ്ങി. ക്ലാസിലെ ഏറ്റവുമടുത്ത കൂട്ടുകാരനാണ് ദിനേശൻ. അടുത്തടുത്തിരുന്നാണ് കഴിഞ്ഞ അഞ്ചു വർഷവും പഠിച്ചത്. ദാസേട്ടനെപ്പറ്റി ദിനേശൻ പറയാത്തതൊന്നുമില്ല.

നാരായണൻകുട്ടിയുടെ മുഖഭാവം കണ്ടപ്പോൾ ദാസന് കാര്യം മനസ്സിലായി.

"സാരമില്ല, അവൻ എല്ലാ കാര്യങ്ങളും പറഞ്ഞിട്ടുണ്ട്."

അത്രയും പറഞ്ഞിട്ട് അയാൾ മേശയ്ക്കരികിലിരിക്കുന്നയാളെ നോക്കി. ബാക്കി നിങ്ങൾ പറഞ്ഞോളൂ എന്നാണ് ആ നോട്ടത്തി

ന്റെ അർത്ഥം.

"ഇതാണ് മാനേജർ. കൃഷ്ണൻ മാഷ്." അദ്ദേഹത്തെ പരിചയപ്പെടുത്തിയ ശേഷം തൊട്ടടുത്ത കസാലയിൽ ദാസൻ ഇരുന്നു.

നാരായണൻകുട്ടി ഇരുന്നെങ്കിലും മുമ്പത്തെപ്പോലെ അമർന്നിരിക്കാൻ കഴിഞ്ഞില്ല. ഇവരൊക്കെ മുതിർന്നവരാണ്. ഇവർക്കിടയിൽ താനെങ്ങനെ...? സത്യത്തിൽ ദിനേശനാണ് തന്നെ കണ്ടെത്തിയത്. പ്രൈമറിയിലെ കുട്ടികൾക്കു ക്ലാസെടുക്കാൻ പറ്റിയ ഒരാളെ വേണം എന്നാണ് ദിനേശൻ പറഞ്ഞത്. തനിക്കതിനു കഴിയുമെന്ന് പറഞ്ഞതും അവൻ തന്നെ. വാസ്തവത്തിൽ ഹരിശ്രീ ട്യൂഷൻ സെന്ററിന്റെ ഉടമസ്ഥൻ ദാസനാണ്. ദിനേശന്റെ വാക്കുകളിൽ നിന്ന് അതു വ്യക്തമായിരുന്നു.

അടുത്ത ദിവസം മുതൽ ക്ലാസു തുടങ്ങാമെന്നായി മാനേജർ. എന്നുവെച്ചാൽ നാരായണൻകുട്ടിക്ക് പഠിപ്പിച്ചു തുടങ്ങാം. ഏതു ക്ലാസാണു വേണ്ടതെന്ന് അവൻ പറയണം. ഇരുവരുടെയും മുഖത്തേയ്ക്ക് മാറിമാറി നോക്കി അവനിരുന്നു. എന്താണ് പറയുക? ഏതു വിഷയവും പഠിപ്പിക്കാനുള്ള ധൈര്യമുണ്ട്. എന്നാലും ഏതെങ്കിലുമൊന്നിന്റെ പേരു പറയാൻ പറ്റുന്നുമില്ല.

"ഒരു കാര്യം ചെയ്യാം." ഒടുവിൽ ദാസൻ പറഞ്ഞു.

"അഞ്ചിൽ ഇംഗ്ലീഷും ആറിൽ കണക്കുമെടുക്കട്ടെ, എന്താ?"

അതു കൊള്ളാമെന്നായി മാനേജർ. അദ്ദേഹം റിട്ടയർ ചെയ്ത അധ്യാപകൻ തന്നെയാണ്. കണ്ടാൽ തന്നെയറിയാം. ദാസന്റെ സ്ഥിതി അതല്ല. അയാൾക്ക് പഠിപ്പിക്കാനാവില്ല. ഒരു ബിസിനസ് എന്ന നിലയിൽ ട്യൂഷൻ സെന്റർ നടത്തുകയാണ്. ദിനേശൻ അക്കാര്യങ്ങളെല്ലാം വിശദമായി പറഞ്ഞതാണ്.

"നാളെ രാവിലെ മുതൽ തുടങ്ങിക്കോളൂ.." കൃഷ്ണൻ മാഷ് അവന്റെ കണ്ണുകളിലേയ്ക്ക് നോക്കി പറഞ്ഞു. സമ്മതം മൂളാതെയുള്ള അവന്റെ ഇരിപ്പു കണ്ടപ്പോൾ ദാസൻ ചോദിച്ചു:

"എന്താ പ്രശ്നം? നാളെ ബുധനാഴ്ച നല്ല ദിവസമല്ലേ?"

അപ്പോൾ അവൻ കാര്യം പറഞ്ഞു. വീട്ടിലെ അടുക്കളയുടെ ഭാഗത്ത് ചെറിയൊരു പ്രശ്നമുണ്ടെന്നും അതു പരിഹരിച്ചാലേ തനിക്ക് സ്വസ്ഥമായി വരാൻ കഴിയൂ എന്നുമാണ് തപ്പിത്തപ്പി അവൻ പറഞ്ഞത്.

"ഇതാണോ പ്രശ്നം! അതു നമുക്ക് ഇപ്പോൾ തന്നെ തീർത്തു

കളയാം..”

ദാസൻ എണീറ്റു. അയാൾ എന്താണുദ്ദേശിച്ചതെന്ന് നാരായണൻകുട്ടിക്ക് മനസ്സിലായില്ല.

“രണ്ടു മൂന്നു പട്ടിക കഷ്ണം വേണം. അത്രയല്ലേയുള്ളൂ. ഞാനിപ്പോൾ വരാം...”

അയാൾ പുറത്തേയ്ക്കിറങ്ങി. അതു നോക്കി അന്തംവിട്ടിരിക്കുന്ന നാരായണൻകുട്ടിയോട് മാനേജർ പറഞ്ഞു: “അതൊക്കെ ദാസന് നിസ്സാരമാണ്. അത്തരം പണികളൊക്കെ അയാൾ ചെയ്യും.”

അധികം വൈകാതെ ഏതാനും പട്ടിക കഷ്ണങ്ങളും ആണി, ചുറ്റിക, അറക്കവാൾ തുടങ്ങിയ ഉപകരണങ്ങളുമായി ദാസൻ മടങ്ങി വന്നു.

“എന്നാൽ പോകാം...” പുറത്തു നിന്ന് ദാസൻ വിളിച്ചുപറഞ്ഞു. നാരായണൻകുട്ടി പുറത്തു കടന്നു.

“ഞാൻ വേഗം വരാം...” എന്ന് മാനേജരെ നോക്കി വിളിച്ചു പറഞ്ഞിട്ട് ദാസൻ നടക്കാൻ തുടങ്ങിയിരുന്നു.

തന്റെ ഉറ്റസുഹൃത്ത് ദിനേശന്റെ ചേട്ടനാണ് വന്നിരിക്കുന്നതെന്ന് നാരായണൻകുട്ടി അമ്മയോടു പറഞ്ഞു. അതൊരു സസ്പെൻസാക്കി നിർത്തിയതായിരുന്നു. തീർത്തും അന്യനോടെന്ന പോലെ അമ്മ പെരുമാറുമോ എന്നു തോന്നിയപ്പോൾ സത്യം പറഞ്ഞതാണ്. അതു വിശ്വസിക്കാനാവാത്തതുപോലെ അമ്മ നോക്കുന്നതു കണ്ടപ്പോൾ ദാസനു ചിരിവന്നു. ദിനേശന്റെ ചേട്ടൻ തന്നെയാണ് ട്യൂഷൻ സെന്റർ നടത്തുന്നതെന്ന കാര്യം അമ്മയോടു പറഞ്ഞിരുന്നില്ല.

നിമിഷനേരം കൊണ്ട് ഓടിളക്കി മാറ്റി കേടുവന്ന പട്ടികകൾ ഇളക്കിയെടുത്ത് പുതിയവ ആണിയടിച്ചുറപ്പിച്ചു. ഓടുകൾ വീണ്ടും ശരിയാക്കിവെച്ചു.

അപ്പോഴേയ്ക്കും കുട്ടി കളി കഴിഞ്ഞെത്തിയിരുന്നു. ദിനേശന്റെ ചേട്ടനെ അവനും ഇഷ്ടമായി. ഒരുമിച്ചിരുന്ന് ഉച്ചഭക്ഷണം കഴിച്ച ശേഷമാണ് ദാസൻ മടങ്ങിയത്.

താന്നിക്കുന്നങ്ങാടിവരെ ഒരുമിച്ചു നടക്കുന്നതിനിടയിൽ അതുവരെ സ്വപ്നത്തിൽപോലും ചിന്തിക്കാത്ത ഒരു കാര്യം നാരായണൻകുട്ടിയുടെ മനസ്സിൽ തെളിഞ്ഞു. കേടുവന്ന ഒരു വീടാണ് ഇപ്പോൾ ദാസൻ നേരെയാക്കിയത്. ഇതുപോലെ കേടുവന്ന വീടു

കൾ ഇനിയുമുണ്ടാവില്ലേ നാട്ടിൽ?

അക്കാര്യം അവൻ ഉറക്കെ ചോദിച്ചു.

"പിന്നെന്ത്? ഒരുപാടുണ്ടാകും." ദാസൻ ഉടനെ പ്രതികരിച്ചു.

"അങ്ങനെയാണെങ്കിൽ നമുക്ക് ചിലതൊക്കെ ചെയ്യാൻ കഴിയുമല്ലോ..."

നാരായണൻകുട്ടി എന്താണ് ഉദ്ദേശിക്കുന്നതെന്ന് ദാസനു മനസ്സിലായില്ല.

ഷെൽറ്റർ

പേമാരിയിൽ വീടിടിഞ്ഞ്
കുടുംബത്തിലെ എല്ലാവരും മരിച്ചു.

മാനന്തവാടി: മൂന്നു ദിവസമായി പെയ്യുന്ന കനത്ത മഴയിൽ വീടിടിഞ്ഞ് ഒരു കുടുംബത്തിലെ അഞ്ചു പേരും ദാരുണമായി മരിച്ചു. ഇവിടെ അടുത്ത് തേക്കുപാടത്താണ് സംഭവം. നാലു വർഷം മുമ്പ് കൽപ്പറ്റയിൽ നിന്നും ഇവിടെയ്ക്കു കുടിയേറിയ പപ്പൻ (40) ഭാര്യ ജാനകി (35) മക്കളായ ബാബു (10) രാജൻ (7) ചന്ദ്രിക (5) എന്നിവരാണ് മരിച്ചത്. ഓലമേഞ്ഞ ഇവരുടെ വീട് ഇത്തവണ കെട്ടിമേഞ്ഞിരുന്നില്ലെന്ന് അയൽവാസികൾ പറഞ്ഞു. ചുടുകട്ട കൊണ്ട് കെട്ടിപ്പടുത്ത വീട് നിർത്താതെ പെയ്ത മഴയിൽ നനഞ്ഞു കുതിർന്ന് പോവുകയായിരുന്നു. അർദ്ധരാത്രിയിൽ എല്ലാവരും ഉറങ്ങിക്കിടക്കുമ്പോഴാണ് വീട് ഇടിഞ്ഞുവീണതെന്നും മഴയുടെ ശക്തിയിൽ അടുത്തുള്ളവർ പോലും സംഭവം അറിഞ്ഞില്ലെന്നും പോലീസ് പറഞ്ഞു. മരത്തിൽ നിന്ന് വീണു പരിക്കുപറ്റിയ പപ്പൻ ഒരു മാസത്തിലേറെയായി കിടപ്പിലായിരുന്നു. മക്കൾ മൂന്നുപേരും മാനന്തവാടി പ്രൈമറി സ്കൂളിൽ വിദ്യാർത്ഥികളാണ്. ആദരസൂചകമായി സ്കൂളിന് അവധി പ്രഖ്യാപിച്ചു.

സ്കൂൾ തുറന്ന് രണ്ടാഴ്ച പിന്നിട്ടുകാണും. എടവപ്പാതിമഴ ഇടതടവില്ലാതെ പെയ്യുകയാണ്. ഒഴിവുദിവസം രാവിലത്തെ ചായകുടി കഴിഞ്ഞ് നേരെ അടുക്കളയിലേക്കു പോകുന്നതിനു പകരം ഉമ്മറത്തു വന്നിരുന്നതാണ് ഞാൻ. ഒരു ദേശത്തിന്റെ കഥയിലൂടെ ഒരാവർത്തി കൂടി പോവുകയാണ്. എത്ര തവണ വായിച്ചിട്ടുണ്ടെന്നറിയില്ല. എത്ര വായിച്ചാലും മതിവരാത്ത ദേശപുരാണമാണല്ലോ അത്. അതിരാണിപ്പാടം താന്നിപ്പാടമാണെന്നു കരുതാനാ

ണ് എനിക്കിഷ്ടം.

എന്നാൽ പുസ്തകവായന ഏറെ മുന്നേറിയില്ല. നിർത്താതെ പെയ്യുന്ന മഴയും നോക്കി അങ്ങനെ ഇരുന്നുപോയി. മഴയും എന്നെപ്പോലെ ഏകാകിയാണല്ലോ. ഞങ്ങൾ സമാനമനസ്കർ. മഴപ്പാറൽ കാലിൽ കൊള്ളാവുന്ന വിധം കസാല വാതിൽപ്പടിയിലേയ്ക്കു ചേർത്തി അങ്ങനെ ചാരിക്കിടക്കുമ്പോഴാണ് നാലഞ്ചു ചെറുപ്പക്കാർ പടികടന്നു വരുന്നത്.

മുമ്പിൽ നാരായണൻകുട്ടി. കുട മടക്കി ചേറ്റുപടിയിൽ വെച്ച് അവൻ അകത്തു കടന്നു. പിറകെ മറ്റുള്ളവരും. എല്ലാവരും നനഞ്ഞു കുതിർന്നിട്ടുണ്ട്. മുട്ടിനു താഴെ വെള്ളത്തിലൂടെ നടന്നാലെന്നപോലെ മുണ്ടറ്റം ഒട്ടിപ്പിടിച്ചിരിക്കുന്നു.

ബെഞ്ചിലും കസാലയിലുമായി എല്ലാവരെയും ഇരുത്തി. അത്യാവശ്യമായ എന്തോ കാര്യത്തിനല്ലാതെ ഈ മഴയത്ത് ഇവരെയും കൂട്ടി നാരായണൻകുട്ടി വരില്ല. അവൻ ഒരോരുത്തരെയായി പരിചയപ്പെടത്തി.

ഇത് ദാസൻ. ഞാൻ ക്ലാസെടുക്കുന്ന ട്യൂഷൻ സെന്ററിന്റെ ഉടമസ്ഥൻ.

ദാസൻ എന്നെ നമസ്കരിച്ചു. ബാക്കിയുള്ളവരൊക്കെ കോളേജിൽ നാരായണൻകുട്ടിയുടെ സഹപാഠികളാണ്. എല്ലാവരും പുഴയ്ക്കക്കരെയുള്ളവർ. അവിടെയാണിപ്പോൾ നാരായണൻകുട്ടിയുടെ ജീവിതം. രാവിലെ വീട്ടിൽ നിന്നിറങ്ങിയാൽ നേരെ ട്യൂഷൻ സെന്ററിൽ പോകണം. അവിടെ ക്ലാസെടുത്ത ശേഷം കോളേജിലേയ്ക്കു നടക്കും. വൈകീട്ടും ട്യൂഷൻ സെന്ററിൽ ക്ലാസുണ്ട്. അതു കഴിഞ്ഞ് കടവു കടന്ന് വീട്ടിലെത്തുമ്പോൾ ഇരുട്ടു പരന്നിട്ടുണ്ടാവും. മണികണ്ഠനാണ് ഈ വിവരങ്ങളെല്ലാം എനിക്കു തന്നത്.

അവർ ഒരു കൂട്ടായ്മ രൂപീകരിക്കുന്ന കാര്യം പറയാനാണു വന്നത്. വാസ്തവത്തിൽ കൂട്ടായ്മ രൂപപ്പെട്ടു കഴിഞ്ഞിട്ടുണ്ട്. മഴക്കാലത്ത് വീടുകൾക്കു പറ്റുന്ന ചെറിയ കേടുപാടുകൾ തീർത്തുകൊടുക്കലാണ് ലക്ഷ്യം. ഏതാനും വീടുകൾ അതിനകം നേരെയാക്കിയിട്ടുമുണ്ട്.

ആദ്യകേൾവിയിൽ എന്താണ് ഈ ചെറുപ്പക്കാർക്ക് പറ്റിയത് എന്ന് ഞാൻ വിസ്മയിച്ചു. വീടുകൾ നന്നാക്കി കൊടുക്കുകയോ? സൗജന്യമായോ?

അടുത്ത നിമിഷം അതിലെ ഗൗരവം വെളിപ്പെടുകയും ചെയ്തു. അറിയാതെ എന്റെ നോട്ടം മേലോട്ടു പോയി. ഒന്നു രണ്ടിടങ്ങളിൽ ഓടുകൾക്കിടയിലൂടെ ചെറുതായി ചോരുന്നുണ്ട്. കിടപ്പു മുറിയിലും ചെറിയ പ്രശ്നമുണ്ട്. അടുക്കളയിലും ഓടുകൾ മാറ്റിയിടേണ്ട സമയമായിട്ടുണ്ട്.

എങ്ങനെയാണ് ഇത്തരമൊരു ആശയത്തിൽ എത്തിച്ചേർന്നതെന്നു ചോദിക്കാതിരിക്കാനാവുമോ? എന്റെ ആ ചോദ്യത്തിന് മറുപടിയായി എന്തെങ്കിലും പറയുന്നതിനു പകരം പത്രത്തിൽ നിന്നു വെട്ടിയെടുത്ത ഒരു വാർത്താശകലം നാരായണൻകുട്ടി എന്റെ നേരെ നീട്ടി. വയനാട്ടിൽ നിന്നു വന്ന വാർത്തയാണത്. നിങ്ങളും ഇപ്പോൾ അത് വായിച്ചല്ലോ. മനുഷ്യരായി പിറന്ന ആരെയാണ് ആ വാർത്ത വേദനിപ്പിക്കാത്തത്!

"വെള്ളവും വസ്ത്രവും കഴിഞ്ഞാൽ മനുഷ്യന്റെ അനിവാര്യതയല്ലേ മാഷേ, വീട്?"

ദാസൻ ചോദിച്ചു. പരുപരുത്ത അയാളുടെ ശബ്ദം പറയുന്നതിലെ ഗൗരവത്തെ ഇരട്ടിപ്പിച്ചു.

സമയാസമയങ്ങളിൽ അറ്റകുറ്റപ്പണി നടത്താത്തതുകൊണ്ടുമാത്രമാണ് മിക്ക വീടുകളും ഇടിഞ്ഞുപൊളിഞ്ഞു വീഴുന്നത്. നന്നാക്കണമെന്നു വിചാരിച്ചാലും ആളെ കിട്ടണ്ടേ?

ഒന്നു നിർത്തിയിട്ട് അയാൾ ചോദിച്ചു: "ഇപ്പോ ഈ വീടു തന്നെ നോക്കൂ. ഇതിന്റെ മുകളിൽ കയറി എന്തെങ്കിലും ചെയ്യാൻ മാഷിനു കഴിയുമോ? ഇവിടെ അടുത്ത് പെട്ടെന്ന് ആരെയെങ്കിലും കിട്ടുമോ?"

ആവർത്തിച്ച് ഇല്ലെന്നു തലയാട്ടുകയല്ലാതെ ഞാനെന്തു ചെയ്യാൻ!

"എല്ലാവർക്കും സൗജന്യമായി ചെയ്തുകൊടുക്കാനാണോ...?"

"അങ്ങനെയല്ല..." എന്നെ പൂർത്തിയാക്കാൻ അനുവദിക്കാതെ നാരായണൻകുട്ടി പറഞ്ഞു: "നിവൃത്തിയില്ലാത്തവർക്ക് സൗജന്യം. അല്ലാത്തവരിൽ നിന്ന് ചെലവുകാശു വാങ്ങുന്നതിൽ കുഴപ്പമില്ലല്ലോ?"

"ഒരു കുഴപ്പവുമില്ല." ഞാൻ പറഞ്ഞു.

"എന്തായാലും ഇതൊരു കൂലിപ്പണിയല്ല. വേറെ പണിയില്ലാത്തതുകൊണ്ട് ഞങ്ങളെല്ലാവരും കൂടി ഒരു പുതിയ പണി കണ്ടെ

ത്തിയതുമല്ല..."

ദാസന്റെ ആ വാക്കുകളിൽ എല്ലാമുണ്ടായിരുന്നു.

അവർ അവരുടെ കൂട്ടായ്മയ്ക്ക് ഒരു പേരും കണ്ടെത്തിയിട്ടുണ്ട് - ഷെൽറ്റർ.

അതുകൊള്ളാമെന്ന് എനിക്കും തോന്നി. വീട് എന്നു മാത്രമല്ലല്ലോ അതിനർത്ഥം. രക്ഷ, അഭയം, ആശ്രയം - എന്നെല്ലാം ഷെൽറ്ററിനെ വിളിക്കാം. സ്വന്തം വീടിനെക്കാൾ വലിയ അഭയവും ആശ്രയവും മനുഷ്യനില്ലല്ലോ. അവന്റെ രക്ഷാ കേന്ദ്രവും വീടു തന്നെ.

ഇക്കാര്യങ്ങളൊക്കെ ഞാൻ പറഞ്ഞത് അവരെ തൃപ്തരാക്കി. പേരു കണ്ടെത്തിയത് താനാണെന്ന് കണ്ണുകളിലൂടെ പ്രസരിപ്പിച്ച പ്രത്യേക പ്രകാശത്തിലൂടെ നാരായണൻകുട്ടി വെളിപ്പെടുത്തി.

"ആട്ടെ, ആരൊക്കെയാണ് ഈ കൂട്ടായ്മയിലെ അംഗങ്ങൾ?"

ഞാൻ ചോദിച്ചു. അതൊരു ചെറിയ സംഘടനയായി നിന്നാൽ മതിയെന്നാണ് അവരുടെ തീരുമാനം. ദാസൻ ചെയർമാൻ. നാരായണൻകുട്ടി കൺവീനറും. ആകെ പത്തുപേരാണ് തൽക്കാലം ഷെൽറ്ററിലുള്ളത്. ആവശ്യമെങ്കിൽ കൂടെ കൂടാൻ ഒത്തിരി പേർ തയ്യാറാണെന്ന ധൈര്യവും അവർക്കുണ്ട്.

"അടുത്ത ഞായറാഴ്ച വായനശാലയിലാണ് ഉൽഘാടനം.... മാഷ് വരണം..."

ദാസൻ ക്ഷണിച്ചു. അവിടെ പുസ്തകങ്ങൾ സൂക്ഷിച്ചിട്ടുള്ള മുറിയിൽ അവിടവിടെ ചോർച്ചയുണ്ട്. അതു തീർത്തില്ലെങ്കിൽ നാടിനു തന്നെ മോശമാണ്- ഇതാണ് അവരുടെ അഭിപ്രായം. തുടക്കം ഒരു പൊതുസ്ഥാപനത്തിലാകാമെന്നുവെച്ചത് ആളുകൾക്കുണ്ടാകാവുന്ന സംശയം ആദ്യം തന്നെ ഒഴിവാക്കാനാണെന്നും അവർ പറഞ്ഞു.

എനിക്ക് ആ ചെറുപ്പക്കാരെയോർത്ത് അഭിമാനം തോന്നി. വളരെ ആലോചിച്ചാണ് അവർ പുതിയ സംരംഭത്തിനു തുടക്കമിടുന്നത്.

"ഒരു ദിവസം ഞങ്ങൾ ഇവിടെയും വരാം..."

മുറ്റത്തേയ്ക്കിറങ്ങുന്നതിനു മുമ്പ് ദാസൻ പറഞ്ഞു. മഴ ഒന്നു ശമിച്ചിരുന്നു. അടുത്ത മഴയ്ക്കിടയിലുള്ള വെള്ളിവെളിച്ചം മുറ്റത്തു നിറഞ്ഞിരുന്നു.

***

മഴ പെയ്യുന്നില്ലെങ്കിലും മഴക്കാലമാണ്. കെട്ടിടങ്ങളുടെ മുകളിൽ കയറാൻ പറ്റില്ല. ഓടുകൾ നനഞ്ഞു കുതിർന്നു കിടക്കും. ചവിട്ടിയാൽ പെട്ടെന്ന് പൊടിഞ്ഞു പോകും. അതിനാൽ അത്തരം പണികളൊക്കെ വേനൽക്കാലത്തേ ചെയ്യാനാവൂ – ഇതായിരുന്നു ഷെൽറ്ററിന്റെ ഉദ്ഘാടനച്ചടങ്ങിൽ സംബന്ധിക്കാൻ വായനശാലയിലെത്തിയവരുടെ പൊതു അഭിപ്രായം. ഉദ്ഘാടനകനായ പഞ്ചായത്ത് പ്രസിഡണ്ടും അതു തന്നെ പറഞ്ഞു.

ഉത്സാഹികളായ ഈ ചെറുപ്പക്കാരെ ഞാൻ അഭിനന്ദിക്കുന്നു. അവരുടെ കാഴ്ചപ്പാട് മഹത്തരമാണ്. അത് നിറയെ മനുഷ്യ സ്നേഹമാണ്. എന്നു കരുതി നാം അപകടം വരുത്തിവെയ്ക്കരുത്.

നാട്ടിലെ പേരുകേട്ട ഗാന്ധിയൻകൂടിയായ അദ്ദേഹം മുന്നറിയിപ്പു കൊടുത്തു. സേവന സന്നദ്ധരായ ചെറുപ്പക്കാരെ എല്ലാവരും ചേർന്ന് ആശംസകളാൽ മൂടി. അവസാനം സംസാരിച്ച വായനശാല കേശവൻ അടിയന്തിരമായി എന്തെങ്കിലും ചെയ്തില്ലെങ്കിൽ ഗ്രന്ഥാലയം നനഞ്ഞു നാശമാകുമെന്ന് തറപ്പിച്ചു പറഞ്ഞു. വേനൽക്കാലം വരുന്നതുവരെ കാത്തു നിൽക്കാനാവില്ല.

മുകളിൽ കയറാനല്ലേ പ്രയാസമുള്ളൂ. അകത്തു കൂടി തടസ്സമില്ലല്ലോ. ദാസനും കൂട്ടരും അങ്ങനെയാണ് പ്രതികരിച്ചത്. കോണിയിൽ കയറി നിന്ന് കേടുവന്ന പട്ടികയും കഴുക്കോലുമൊക്കെ മാറ്റി തൽക്കാലം ഗ്രന്ഥാലയത്തെ അവർ രക്ഷപ്പെടുത്തി.

താഴെയിറങ്ങുമ്പോൾ അവർ പറഞ്ഞത് എല്ലാവർക്കും ഒരു മുന്നറിയിപ്പായി തോന്നി. ഇതുകൊണ്ടൊന്നും വായനശാല രക്ഷപ്പെടില്ല. കെട്ടിടം തന്നെ പഴഞ്ചനാണ്. മാറ്റിപ്പണിയണം. കൂടിനിന്നവരെല്ലാം പരസ്പരം നോക്കിയതല്ലാതെ ആരും ഒന്നും പറഞ്ഞില്ല.

“വായനശാല കമ്മറ്റി ഇക്കാര്യം ചർച്ച ചെയ്യണം കേശവേട്ടാ...”

നാരായണൻകുട്ടി ലൈബ്രേറിയനോട് പറഞ്ഞു:

“നമ്മുടെ നാട്ടിലെ ഏറ്റവും പ്രധാനപ്പെട്ട പൊതുസ്ഥാപനമാണിത്. ഇടിഞ്ഞു പൊളിഞ്ഞു പോകാതെ നമ്മളിതിനെ സംരക്ഷിക്കണം.”

മഴ ശക്തമായി തുടർന്നതിനാൽ അത്തവണ കാര്യമായ പ്രവർത്തനങ്ങളൊന്നും നടത്താൻ ഷെൽറ്ററിനു കഴിഞ്ഞില്ല. എന്നാൽ

അവർ വെറുതെയിരുന്നതുമില്ല. കൂട്ടത്തിലുള്ളവരുടെ വീടുകളിൽ ഒഴിവുദിവസങ്ങളിൽ ഒത്തുകൂടുകയും ചെറിയ തോതിലുള്ള അറ്റ കുറ്റപ്പണികൾ നടത്തുകയും ചെയ്തു.

ദാസൻ തന്നെയാണ് പണികളുടെ നേതാവ്. ട്യൂഷൻ സെന്റർ കെട്ടിപ്പൊക്കുന്നതിന്റെ ഭാഗമായാണ് അയാൾ കെട്ടിടം പണി പഠിച്ചതത്രേ. ഒന്നുരണ്ടാളുകളെ മാത്രം പുറമെനിന്നു കൂലിക്കു വിളിച്ച് ബാക്കിയെല്ലാം താനും സുഹൃത്തുക്കളും കൂടെ നിന്നു ചെയ്യുന്ന രീതിയിലാണ് അത്രയും ഷെഡുകൾ പണിതുയർത്തിയത്. അത്യാവശ്യം പണിയായുധങ്ങളും പണം കൊടുത്തു വാങ്ങി. ഓല മേയാനും ഓടു പാകാനുമൊക്കെ പരിശീലിച്ചു. ദാസനും കൂട്ടുകാരും ചേർന്നാണ് വർഷാവർഷം ട്യൂഷൻ സെന്റർ ഓലമേയുന്നത്.

ഷെൽറ്റർ ശക്തമായ ഒരു കൂട്ടായ്മയായി വളർന്നു. കോളേജിലെ കുറെ സഹപാഠികൾ, ട്യൂഷൻ സെന്ററിലെ സഹപ്രവർത്തകർ, താന്നിക്കുന്നിലെ പതിവു കൂട്ടുകാർ - ഇവരെയൊക്കെ നാരായണൻകുട്ടി ഒരു ചരടിൽ കോർത്തെടുത്തു. സംഘടനയിൽ ആളെ കൂട്ടലും സേവനത്തിനുള്ള വീടു കണ്ടെത്തലുമൊക്കെ കൺവീനർ എന്ന നിലയിൽ അയാളുടെ ചുമതലയാണ്.

ഓണത്തിനു മുമ്പു കൊയ്ത്തു തുടങ്ങിയപ്പോഴാണ് സൗകര്യമായി പിന്നെ നാരായണൻകുട്ടിയെ ഞാൻ കണ്ടത്. ആകെയൊന്നു തുടുത്തിട്ടുണ്ട്. ഏതു നേരവും എന്തോ ചെയ്യാൻ പോകുന്ന മട്ടാണ്.

പതിവുപോലെ അമ്മയെ കൊയ്ത്തിൽ സഹായിക്കുന്നുണ്ട്. കറ്റ കെട്ടുന്നുമുണ്ട്. ഒഴിവുദിവസങ്ങളിൽ മാത്രമാണെന്നേയുള്ളൂ. സ്കൂളുള്ള ദിവസങ്ങളിൽ സ്കൂൾ വിട്ടാൽ മണികണ്ഠൻ നേരെ പാടത്തെത്തി കറ്റകെട്ടൽ ഏറ്റെടുക്കും. അവനും തടി കൂടുകയും പൊക്കം വെയ്ക്കുകയും ചെയ്തിട്ടുണ്ട്.

ഒരു സന്ധ്യയിൽ ഞാൻ വായനശാലയിൽ നിന്നു മടങ്ങുമ്പോൾ വഴിയിൽ നാരായണൻകുട്ടിയെ കണ്ടു. സുഹൃത്തുക്കളുമായി കാര്യമായെന്തോ ചർച്ച ചെയ്തുകൊണ്ട് പോസ്റ്റോഫീസിന്റെ മുറ്റത്തു നിൽക്കുകയാണ്. എന്നെ കണ്ടപ്പോൾ എല്ലാവരും കൂടി അടുത്തു വന്നു. എല്ലാവരും എന്റെ ശിഷ്യന്മാരാണ്. അവരെ ഒന്നിച്ചങ്ങനെ കാണാറില്ലെന്നു മാത്രം.

"എന്തായെടോ തന്റെ ഷെൽറ്റർ?"

ഞാൻ ചോദിച്ചു.

അവർ അതെപ്പറ്റിത്തന്നെയാണ് സംസാരിക്കുന്നത്.

ട്യൂഷൻ സെന്ററിൽ വരുന്ന ഒരു കുട്ടിക്ക് സ്വന്തമായി വീടില്ലെന്നും നിത്യരോഗിയായ അവന്റെ അച്ഛന് ജോലിക്ക് പോകാൻ വയ്യാത്തതിനാൽ കുടുംബം കടുത്ത ദാരിദ്ര്യത്തിലാണെന്നും ആമുഖമായി പറഞ്ഞിട്ട്, സുഹൃത്തുക്കളുടെയെല്ലാം മുഖത്ത് വട്ടം ചുറ്റി നോക്കിയ ശേഷം, ഒരു പ്രഖ്യാപനം നടത്തുന്ന മട്ടിൽ നാരായണൻകുട്ടി അറിയിച്ചു:

"ഞങ്ങൾ ആ കുട്ടിക്ക് ഒരു വീടുവെച്ചു കൊടുക്കുകയാണ്."

എന്റെ അമ്പരപ്പ് അവരെയൊന്നും ഒട്ടും സ്വാധീനിച്ചതായി തോന്നിയില്ല. ഭാവമാറ്റമൊന്നുമില്ലാതെ എല്ലാവരും ഞാനെന്തു പറയുമെന്നറിയാനായി ആകാംക്ഷയോടെ നോക്കുന്നു.

"ഒരു വീടുവെച്ചു കൊടുക്കുക എന്നുവെച്ചാൽ..."

ആ വാചകം പൂർത്തിയാക്കാൻ എനിക്കായില്ല. എത്ര ചെറിയ വീടിനും ഒരു തുക വേണ്ടേ? എന്തെല്ലാം സാമഗ്രികൾ വേണം? എത്രയാളുകൾ ജോലിചെയ്യണം? തീരെ ചെറുപ്പക്കാരായ കുറച്ചാളുകൾ വിചാരിച്ചാൽ മാത്രം ഇതൊക്കെ നടക്കുമോ? ഇതൊക്കെയാണ് എന്നെ കുഴക്കിയ ചോദ്യങ്ങൾ.

"ഇല്ല മാഷേ, അത്ര പ്രശ്നമൊന്നുമില്ല..."

നാരായണൻകുട്ടി ചിരിച്ചു. പിന്നെ അവർ നടത്തിയ മുന്നൊരുക്കങ്ങൾ ഓരോന്നായി വിവരിച്ചു.

കടവിനക്കരെ കോളേജിൽ പോകുന്ന വഴിയിലുള്ള സ്കൂളിലാണ് കുട്ടി പഠിക്കുന്നത്. നാരായണൻകുട്ടിയും സംഘവും സ്കൂളിൽ കയറി അധ്യാപകരുമായി സംസാരിച്ചിരിക്കുന്നു. അവർ സഹായിക്കും. കുറേ രക്ഷിതാക്കളും സഹായം വാഗ്ദാനം ചെയ്തിട്ടുണ്ട്. കോളേജിലെ സഹപാഠികൾ കൂട്ടമായി ജോലി ചെയ്യാൻ തയ്യാറാണെന്നു പറഞ്ഞു. പിന്നെ ട്യൂഷൻ സെന്ററിലെ മുഴുവൻ കുട്ടികളും അധ്യാപകരും.

ഇങ്ങനെ കുറെ ആളുകൾ കൂടിയതുകൊണ്ട് വീടാകുമോ? സംശയമുഖവുമായി എന്റെ നിൽപ്പുകണ്ട് നാരായണൻകുട്ടി ചിരിക്കുകയാണ്. ശിഷ്യർക്കുമുമ്പിൽ ഗുരുനാഥന്മാർ ചെറുതായിപ്പോകുന്ന സന്ദർഭങ്ങളുണ്ടാകുമെന്ന് ഞാൻ മുമ്പു കേട്ടിട്ടുണ്ട്. എന്നാൽ ആദ്യമായി അതനുഭവിക്കുകയാണ്.

"കല്ല്, മണൽ, സിമന്റ്... ഇതൊക്കെ വേണ്ടേ എന്നാണല്ലോ മാഷിന്റെ സംശയം. അതെല്ലാം ഏർപ്പാടാക്കിയിട്ടുണ്ട്. കൂലി വാങ്ങാതെ ചെലവുമാത്രം വാങ്ങി പണി ചെയ്തുതരാമെന്ന് ചിലരൊക്കെ സമ്മതിച്ചിട്ടുണ്ട്. എന്നാലും കുറച്ചു പണം വേണ്ടിവരും. അതിനുള്ള വഴികളും ഞങ്ങൾ കണ്ടെത്തിയിട്ടുണ്ട്."

ആത്മവിശ്വാസത്തോടെ നാരായണൻകുട്ടി പറഞ്ഞു. മറ്റുള്ളവരിലും അതേ അളവിൽ ആത്മവിശ്വാസമുണ്ട്. ഇരുപതു വയസ്സുപോലും തികയാത്ത അവർക്കിടയിൽ വല്ലാതെ ചെറുതാകുന്നതായി എനിക്കു തോന്നി.

"ഒരു തുക ഞാനും തരാം..." അതു ഞാൻ തന്നെയാണോ പറഞ്ഞത്! മറ്റൊരു വാക്കും ഒരു മനുഷ്യന്റെ വായിൽനിന്ന് ആ നേരത്തു പുറത്തുവരില്ല.

അക്കൊല്ലത്തെ ഓണം ചെറുപ്പക്കാരുടെ ആ കൂട്ടായ്മ അവിസ്മരണീയമാക്കി. ഒരാഴ്ചകൊണ്ട് വീടിന്റെ പടവ് തീർക്കാനായിരുന്നു തീരുമാനം. അതിനു മുമ്പ് തറയുടെ പണി പൂർത്തിയാക്കിയിരുന്നു. ആവശ്യമായ കല്ലും മണലും സിമന്റുമൊക്കെ എത്തിച്ചിരുന്നു.

തിരുവോണനാളിൽ മഹാശ്രമദാനം എന്ന പ്രത്യേക പരിപാടി പ്രഖ്യാപിക്കപ്പെട്ടു. സന്നദ്ധസേവകരായി വന്നവർ അവരുടെ ജോലി ചെയ്യും. മറ്റാർക്കും ആവുന്ന മട്ടിൽ സഹായിക്കാം. ഇതായിരുന്നു പദ്ധതി.

പുഴയുടെ അക്കരെയും ഇക്കരെയുമുള്ള നൂറു കണക്കിനാളുകൾ തിരുവോണനാളിൽ സ്ഥലത്തെത്തി. ചേട്ടനെ സഹായിക്കാൻ പോയ മണികണ്ഠനാണ് അവിടെ നടന്നതെല്ലാം എനിക്കു പറഞ്ഞുതന്നത്. ഒരുഭാഗത്ത് കല്ലു ചെത്തുന്നവർ, തലയിലേറ്റി സ്ഥലത്തെത്തിക്കുന്നവർ, പടുക്കുന്നവർ, സിമന്റു പാകപ്പെടുത്തുന്നവർ.... മറുഭാഗത്ത് പണിക്കാർക്കുള്ള ആഹാരം പാകം ചെയ്യുന്നവർ, അതു വിതരണം ചെയ്യുന്നവർ, വെള്ളം കൊണ്ടുവരുന്നവർ....

ജീവിതത്തിലൊരിക്കലും അങ്ങനെയൊരു കാഴ്ച കണ്ടിട്ടില്ലെന്ന് രായിൻമാഷും പിന്നീട് പറഞ്ഞു. എന്റെ ഹെഡ്മാസ്റ്ററായിരുന്ന രായിൻമാഷ് വർഷങ്ങൾക്കുമുമ്പ് പെൻഷനായതാണ്. ഹരിശ്രീ ട്യൂഷൻ സെന്ററിന്റെ വിളിപ്പാടകലെയാണ് മാഷിന്റെ താമസം.

ഒരു നാടു മുഴുവൻ ഒരു വീടുണ്ടാക്കാൻ വിയർപ്പൊഴുക്കുന്ന

കാഴ്ച കണ്ടു തന്റെ കണ്ണുനിറഞ്ഞെന്നാണ് മാഷ് വികാരാധീനനായി പറഞ്ഞത്. പാചകങ്ങൾക്കുള്ള ചെമ്പു പാത്രങ്ങളും വിറകും മാഷിന്റെ വകയായിരുന്നു. കുറച്ചു പണവും കൊടുത്തത്രേ.

തിരുവോണനാളിൽ മനുഷ്യരെല്ലാം വീടുകളിൽ ഒതുങ്ങിക്കൂടുന്നതാണല്ലോ പതിവുകാഴ്ച. സദ്യയുണ്ട് വൈകുന്നേരമായാൽ ചിലരൊക്കെ വിരുന്നിനോ സിനിമ കാണാനോ ഒക്കെയായി പുറത്തിറങ്ങും. താന്നിപ്പുഴയുടെ കരയിൽ ചെന്നിരുന്നു കാറ്റുകൊള്ളുന്നവരുമുണ്ട്. അതിലപ്പുറം അന്നു രാവിലെ മുതൽ കായികാധ്വാനത്തിനു സന്നദ്ധരായി ഒട്ടേറെയാളുകൾ ഒരിടത്ത് എത്തിച്ചേരുക എന്നത് നാടിനെയാകെ അത്ഭുതപ്പെടുത്തിയ സംഭവമാണ്.

ദാസൻ അയാളുടെ നാട്ടിലും നാരായണൻകുട്ടി താന്നിക്കുന്നിലും ചർച്ചാവിഷയമാകുന്നതും അതിനു ശേഷമാണ്.

"നമ്മുടെ നാരായണൻകുട്ടിയല്ലേ അതിന്റെ നേതാവ്!"

അതിശയത്തോടെ ഒട്ടേറെ സഹപ്രവർത്തകർ അങ്ങനെ ചോദിക്കുന്നതിന് ഞാൻ സാക്ഷിയാണ്. മറ്റൊരു കുട്ടിയെക്കുറിച്ചും അതിനുമുമ്പ് അങ്ങനെ പറയുന്നത് ഞാൻ കേട്ടിട്ടുമില്ല.

സ്കൂൾ തുറന്ന് ഒന്നുരണ്ടു ദിവസം കഴിഞ്ഞപ്പോൾ മഹാശ്രമദാനം നടന്ന സ്ഥലത്തൊന്നു പോകണമെന്ന് എനിക്കും തോന്നി. സ്റ്റാഫ് റൂമിൽ അക്കാര്യം പറഞ്ഞപ്പോൾ വേറെ ചിലർക്കും താൽപര്യമുണ്ട്. അന്നു വൈകീട്ട് ഞങ്ങൾ നേരെ കടവിലേയ്ക്കു നടന്നു. അക്കര്യങ്ങാടിയിൽ പ്രധാന ചർച്ച ഈ വീടുനിർമ്മാണമാണെന്ന് വേഗം മനസ്സിലായി. ധാരാളമാളുകൾ, ദൂരദിക്കുകളിൽ നിന്നുപോലും, അങ്ങോട്ടേക്കു പോകുന്നുണ്ടെന്ന് കടത്തുകാരനും പറഞ്ഞു.

ചെറിയ വീടാണ്. രണ്ടു മുറികളും അടുക്കളയും വരാന്തയുമുള്ള ഒതുങ്ങിയ വീട്. ഞങ്ങൾ ചെല്ലുമ്പോൾ കഴുക്കോലു കേറ്റിക്കഴിഞ്ഞ് പട്ടികയടിക്കാൻ തുടങ്ങിയിട്ടുണ്ട്. വീടിനു പുറകിൽ പുതിയ ഓട് അട്ടിയിട്ടിരിക്കുന്നു. അപ്പോഴവിടെ പത്തിരുപതു പേരേ ജോലി ചെയ്യുന്നുള്ളൂ. അതിൽ ചിലരെങ്കിലും സഹായികളാണ്. എല്ലാവർക്കും ഇടപെടാൻ പറ്റുന്ന പണിയല്ലല്ലോ നടക്കുന്നത്.

അതുവരെ എത്തിയ സ്ഥിതിക്ക് രായിൻ മാഷെ കൂടി കാണാമെന്നു കരുതി ഞങ്ങൾ അങ്ങോട്ടു നീങ്ങി. സേവനപ്രവർത്തനം കണ്ട് മാഷ് വികാരാധീനനായ കഥ നേരത്തെ സൂചിപ്പിച്ചല്ലോ.

“നമ്മുടെ സ്കൂളിൽ പഠിച്ച ഒരു കുട്ടിയാണ് ഇതിനൊക്കെ നേതൃത്വം കൊടുക്കുന്നത്.” ഇടയ്ക്കു മാഷ് പറഞ്ഞു.

ആയിരങ്ങളെ പഠിപ്പിക്കുമ്പോൾ അക്കൂട്ടത്തിൽ ഇങ്ങനെയുള്ള ചിലരുമുണ്ടാകും. അവരാണ് സ്ഥാപനത്തിനും നമുക്കും സൽപ്പേരുണ്ടാക്കുന്നത്.

മാഷിന്റെ യാത്രയയപ്പു യോഗത്തിൽവെച്ചു പ്രത്യേക സമ്മാനം കൊടുത്ത കുട്ടിയാണ് നാരായണൻകുട്ടി എന്നു ഞാൻ ഓർമ്മിപ്പിച്ചു. മാഷ് അക്കാര്യം മറന്നിരുന്നു. ‘തെങ്ങ് ഒരു കൽപവൃക്ഷം’ എന്ന പ്രോജക്ടിനെക്കുറിച്ചും ഞാൻ പറഞ്ഞു. എന്റെ കൂടെ വന്നവരും അതൊക്കെ മറന്നിരുന്നു.

“അതുശരി. അപ്പോൾ ചെറുപ്പത്തിൽതന്നെ അവൻ കഴിവുതെളിയിച്ചിട്ടുണ്ട്.”

രായിൻമാഷ് അതു പറഞ്ഞു ചിരിച്ചു.

അപ്പോൾ കുമാരനെയും കുമാരന്റെ ഇടപെടലിലൂടെ സ്കൂളിൽ നടന്ന പ്രവർത്തനങ്ങളും ഓർമ്മിപ്പിച്ചു. ഉടനെ രായിൻമാഷ് തല കുടഞ്ഞ് ഓർമ്മയ്ക്കു തെളിച്ചം വരുത്തി:

“അതു ശരി...ടീക്കെയുടെ അയൽവാസി...”

അതൊരു അംഗീകാരമായി ഞാൻ സ്വീകരിച്ചു.

മീൻവേട്ട

കൂടും ഒറ്റാലും: പാടത്തുനിന്നു മീൻ പിടിക്കാനുപയോഗിക്കുന്നതാണ് രണ്ടും. ഈർക്കിൽകൊണ്ടോ മുളകൊണ്ടോ കൂടുണ്ടാക്കാം. ദീർഘ വൃത്താകൃതിയിലുള്ള ഇതിന്റെ മുഖം ഉള്ളിലേയ്ക്കു കടക്കുന്ന മീനുകൾക്ക് പുറത്തിറങ്ങാൻ കഴിയാത്ത രീതിയിലാണ് തയ്യാറാക്കുക. പിൻഭാഗം കെട്ടിവെയ്ക്കും. വരമ്പിന്റെ കയങ്ങളിൽ കൂടുവെച്ച് പുല്ലും ചെളിയുമിട്ടു മറയ്ക്കും. പിന്നീട് പുറത്തെടുത്ത് പിൻഭാഗത്തെ കെട്ടഴിച്ച് മീനുകളെ ശേഖരിക്കും.

ഒറ്റാൽ മുള കൊണ്ടോ ചൂരലുകൊണ്ടോ നിർമ്മിക്കാം. ഷട്ടിലിന്റെ അതേ ആകൃതിയിലാണ്. വെള്ളത്തിൽ, വേഗത്തിൽ, ഒറ്റിയൊറ്റി മീനുകളെ വേട്ടയാടും. രാത്രിയിലാണ് കൂടുതലും ഒറ്റാലുപയോഗിച്ച് മീൻപിടിക്കുക.

ഷെൽറ്റർ എന്ന ചെറുപ്പക്കാരുടെ കൂട്ടായ്മ ഇടപെടാത്ത പ്രവർത്തനമേഖലയില്ലെന്ന നിലയായി. മഹാശ്രമദാനം എന്ന അതുവരെ ആരും കേട്ടിട്ടില്ലാത്ത ഒരു പദവും പ്രവർത്തനവും മുന്നോട്ടുവെച്ചതോടെതന്നെ പൊതു സമൂഹം അവരെ ശ്രദ്ധിച്ചുതുടങ്ങി. പറഞ്ഞതുപോലെ ആ വീടിന്റെ പണി വീട്ടുടമസ്ഥരിൽ നിന്ന് ഒന്നും കൈപ്പറ്റാതെ അവർ പൂർത്തിയാക്കി. വീടു ചെത്തിത്തേച്ചു. വെള്ളവലിച്ചു. ചെറിയ മുറ്റമുണ്ടാക്കി. കിണർ വൃത്തിയാക്കി തടം കെട്ടി. അത്യാവശ്യം ഫർണീച്ചറുകളും പലരിൽ നിന്നായി സംഘടിപ്പിച്ചു.

ആകപ്പാടെ അതൊരു സംഭവമായി. വീടിന്റെ താക്കോൽ ദാനത്തിന് മന്ത്രിയെ പങ്കെടുപ്പിക്കാനാണ് ഗ്രാമപഞ്ചായത്ത് തീരുമാനിച്ചത്. ആ ചടങ്ങിന് ഔദ്യോഗികമായ ഒരു മാനവും അതോടെ കൈവന്നു. വമ്പിച്ച ജനാവലിയുടെ സാന്നിധ്യത്തിൽ, ഉത്സവാന്ത

രീക്ഷത്തിൽ, പുതിയ വീടിന്റെ പാലുകാച്ചൽ ചടങ്ങും നടന്നു. പലപ്പോഴായി കോളേജിൽ നിന്നു വന്ന പെൺകുട്ടികളുടെ നേതൃത്വത്തിൽ വീട്ടുമുറ്റത്ത് ചെറിയൊരു പൂന്തോട്ടവും ഒരുക്കുകയുണ്ടായി.

പത്രങ്ങളിൽ നല്ല വാർത്തയായിരുന്നു. ഷെൽറ്റർ എന്ന പേര് എല്ലാവരും കൊടുത്തിരുന്നു. അതിന്റെ ഭാരവാഹികളെ പത്രങ്ങൾ പരിചയപ്പെടുത്തിയില്ല. അതൊന്നും അവരെ നിരാശരാക്കിയുമില്ല. എങ്കിലും ആളുകൾക്കൊക്കെ അവരെ തിരിച്ചറിയാൻ പ്രയാസമുണ്ടായില്ല. പൊതുജനം അന്യോന്യം പറഞ്ഞിട്ടു കിട്ടുന്നതിനെക്കാൾ വലിയതല്ലല്ലോ പത്രങ്ങളിലൂടെയുള്ള പ്രചരണം.

നാരായണൻകുട്ടി പ്രീഡിഗ്രിക്കു ശേഷം അതേ കോളേജിൽതന്നെ ബിരുദ പഠനത്തിനു ചേർന്നു. കോളേജിനെ വിടാൻ അവനോ അവനെ വിടാൻ കോളേജിനോ താൽപര്യമുണ്ടായില്ല എന്നതാണു സത്യം. വിപുലമായ ഒരു സംഘം തന്നെ അവന്റെ കൂട്ടാളികളായി അവിടെ രൂപപ്പെട്ടിരുന്നു. മഹാശ്രമദാനത്തിന്റെ മുഖ്യസംഘാടകനെന്ന നിലയിൽ അധ്യാപകരും അവനെ ശ്രദ്ധിച്ചിരുന്നു. അതേ മാതൃകയിൽ കോളേജിൽ പഠിച്ചിരുന്ന ഒരു കുട്ടിയ്ക്കു വീടു നിർമ്മിച്ചുകൊടുക്കാൻ തീരുമാനിച്ചപ്പോൾ പ്രിൻസിപ്പാൾതന്നെ അവനെ വിളിച്ചു സംസാരിക്കുകയുണ്ടായി. സാധന സാമഗ്രികൾ സംഘടിപ്പിച്ച വഴികൾ അവൻ വിശദമായി പറയുകയും ചെയ്തു. എന്നാൽ, അതുപോലെ മുന്നോട്ടു പോകാനല്ല കോളേജ് തീരുമാനിച്ചത്. അവർക്ക് പണത്തിന് പ്രയാസമുണ്ടായിരുന്നില്ല. കൂലി കൊടുക്കാനും പ്രശ്നമില്ല. ആകെക്കൂടി കുട്ടികൾക്ക് ചെയ്യാനുണ്ടായിരുന്നത് അധ്വാനിക്കാൻ തയ്യാറുള്ളവർക്ക് വീടുപണിയിൽ സഹായിക്കാമെന്നതാണ്. ഒട്ടേറെ പേർ അതിനു മുന്നോട്ടു വരികയും ചെയ്തു.

എന്നാലും നാരായണൻകുട്ടി അതിൽ തൃപ്തനായില്ല. കോളേജിലെ അധ്യാപകരും കുട്ടികളുമെല്ലാം കൂടി വലിയൊരു തുക പിരിവെടുത്ത് ഒരു കുട്ടിക്ക് വീടുകെട്ടിക്കൊടുക്കുന്നതിൽ സേവനത്തിന്റെ അംശമെന്തെന്ന് അവനു മനസ്സിലായില്ല. ഒന്നുമില്ലായ്മയിൽ നിന്ന് അത്ഭുതം സൃഷ്ടിക്കുന്നതാകണം സേവന പ്രവർത്തനം എന്നതായിരുന്നു അവന്റെ ബോധ്യം.

ഷെൽറ്റർ രൂപം കൊണ്ട് നാലു വർഷമാകുമ്പോഴേയ്ക്കും എടു

ത്തു പറയാവുന്ന ഒട്ടേറെ പ്രവർത്തനങ്ങൾ അവർ ചെയ്തിരുന്നു. ധാരാളം വീടുകൾ അറ്റകുറ്റപ്പണികൾ നടത്തി. പലതിനും ഓടുകളും കല്ലുകളുമൊക്കെ മാറ്റേണ്ടതുണ്ടായിരുന്നു. അതൊക്കെ ചെയ്തു. ഏറെ വീടുകൾ ഓല മേഞ്ഞതു മാറ്റി പകരം ഓടു മേഞ്ഞു. (കൂട്ടത്തിൽ പറയട്ടെ. ഒരു ദിവസം എന്റെ വീട്ടിലും ആ കൂട്ടായ്മ വന്നു ചിലതൊക്കെ ചെയ്തു)

വായനശാല പുതുക്കിപ്പണിയുന്നതിലും കാര്യമായി സഹായിച്ചു. ഒരു പൊതുസ്ഥാപനം എന്ന നിലയിൽ ആ ദൗത്യം ഷെൽറ്റർ തനിച്ച് ഏറ്റെടുക്കുകയില്ലെന്ന് അവർ ആദ്യമേ പറഞ്ഞിരുന്നു.

താന്നിക്കുന്നിലും പരിസരങ്ങളിലും സാമൂഹ്യ വനവൽക്കരണത്തിനു നേതൃത്വം നൽകിയതാണ് മറ്റൊരു സംഭവം. നിരത്തു വക്കുകളിലും (താന്നിക്കുന്നിൽനിന്ന് തോടങ്ങാടിവരെയുള്ള നിരത്താണ് ആകെയുള്ള നിരത്ത്. ആയിടെയാണ് അതു ടാറിട്ടത്) സ്കൂളിന്റെ ചുറ്റുവട്ടത്തും താന്നിപ്പുഴയുടെ ഓരത്തുമൊക്കെയായി ധാരാളം വൃക്ഷത്തൈകൾ നട്ടു. കടവിന്റെ രണ്ടു ഭാഗങ്ങളിലും യാത്രക്കാർക്ക് വിശ്രമിക്കാവുന്നവിധം ഇരിപ്പിടങ്ങളൊരുക്കുകയും അവിടെയും പുതിയ തൈകൾ നട്ടുപിടിപ്പിക്കുകയും ചെയ്തു.

എന്റെയും നാരായണൻകുട്ടിയുടെയും വീടുകൾക്ക് മുമ്പിലൂടെ കിഴക്കങ്ങാടിയിലേയ്ക്കുള്ള നടവരമ്പ് അടിച്ചുപരത്തി കറുപ്പിക്കാൻ തീരുമാനിച്ചപ്പോൾ ഷെൽറ്റർ കാര്യമായി സഹായിച്ചു. നാടിന്റെ വികസനത്തിൽ നാഴികക്കല്ലാവും ആ റോഡെന്ന് ഉറപ്പായിരുന്നു. തോടങ്ങാടിയിൽനിന്ന് താന്നിക്കുന്നിലേക്ക് റോഡുവന്നെങ്കിലും വാഹനങ്ങൾ കുറവായിരുന്നു. ബസ്സുകൾ ആ വഴി വന്നില്ല. താന്നിക്കുന്നിന്റെ ചുവട്ടിൽ വരെ വന്ന് എന്തു ചെയ്യണമെന്നറിയാതെ അന്തിച്ചു നിൽക്കുന്ന റോഡാണ്. മേലോട്ട് സ്കൂൾ മുറ്റംവരെ വീതിയിൽ റോഡുണ്ടെങ്കിലും ആ ഭാഗം ടാർ ചെയ്തിട്ടില്ല. ഇനി ചെയ്താലും പ്രത്യേകിച്ചു പ്രയോജനവുമില്ല. തോടങ്ങാടിയിൽ നിന്ന് ഒരു ബസ്സു വന്നാൽ തന്നെ നേരാംവണ്ണം തിരിച്ചെടുത്തു മടങ്ങിപ്പോകാൻ പ്രയാസപ്പെടും. അത്ര കുറഞ്ഞ ദൂരത്തിൽ ബസ്സോടിക്കാൻ ആരാണു തയ്യാറാവുക? എല്ലാവരും ജീപ്പുകളെയാണ് ആശ്രയിച്ചത്. ചിലർക്കൊക്കെ സ്വന്തമായി സൈക്കിളുമുണ്ടായിരുന്നു.

കിഴക്കങ്ങാടിയിലേയ്ക്കു റോഡു വന്നാൽ നാടിന്റെ മുഖച്ഛായ തന്നെ മാറും. കിഴക്കങ്ങാടി ഒരു മുക്കൂട്ടങ്ങാടിയാണ്. മൂന്നു വശ

ങ്ങളിലേയ്ക്കും വാഹനങ്ങളുമുണ്ട്. ഇനി താന്നിക്കുന്നിൽനിന്നുള്ള റോഡുകൂടിയായാൽ അതൊരു നാൽക്കവലയാകും. പിന്നെ ബസ്സുകൾക്ക് തോടങ്ങാടിയിൽ നിന്നു പുറപ്പെട്ട് താന്നിക്കുന്നു വഴി കിഴക്കങ്ങാടിയിലെത്തി ഏതുവഴിയ്ക്കും പോകാം. തിരിച്ചും അതു പോലെ യാത്ര ചെയ്യാം.

കോളേജിൽ നിന്ന് വലിയൊരു സംഘവുമായാണ് നാരായണൻ കുട്ടി എത്തിയത്. നടവരമ്പ് ചെത്തിക്കിളച്ച് റോഡാക്കുന്നതിനു തുടക്കം കുറിച്ചതും അവരാണ്. ചെറുപ്പക്കാരുടെ താൽപര്യവും സേവനസന്നദ്ധതയും കണ്ടപ്പോൾ നാട്ടുകാരും രംഗത്തിറങ്ങി. രണ്ടു കിലോമീറ്ററിലധികം ദൂരമുള്ള, ഏറെക്കുറെ നേരെ നീണ്ടു കിടന്ന, വരമ്പിനെ മൂന്നു ദിവസം കൊണ്ട് ഇടിച്ചു നിരത്താൻ എല്ലാവർക്കും കൂടി കഴിഞ്ഞു. പിന്നീടുള്ള പണികൾ വളരെ എളുപ്പത്തിൽ നടന്നു.

അക്കൊല്ലം കന്നിക്കൊയ്ത്തു കഴിഞ്ഞ പാടത്ത് നാരായണൻ കുട്ടിയും സുഹൃത്തുക്കളും നടത്തിയ ജനകീയ മീൻവേട്ട എടുത്തുപറയേണ്ട ഒരു പരിപാടിയായിരുന്നു.

***

ഇക്കാലത്ത് താന്നിക്കുന്നിൽ വരുന്ന ഒരാളും വിശ്വസിക്കില്ല. മുമ്പിവിടെ വിശാലമായ പാടങ്ങളുണ്ടായിരുന്നെന്ന്. നാരായണൻ കുട്ടിയും അനുജനും ചെറുപ്പത്തിൽ ചൂണ്ടയിടാൻപോയ കഥ വായിച്ചതുകൊണ്ട് നിങ്ങൾക്കറിയാം. വയൽക്കരയിലാണ് ഞങ്ങളുടെയൊക്കെ വീടുകൾ. തെക്കുഭാഗം മുഴുവൻ പാടങ്ങളാണ്. കിഴക്കങ്ങാടിയിലേക്കുള്ള പഴയ നടവരമ്പ് നിരത്താക്കിയതോടെ ഇരുവശങ്ങളിലും പാടങ്ങൾ മണ്ണിട്ടു നിരത്തി പറമ്പുകളാക്കാൻ തുടങ്ങി. കുന്നിൻ മുകളിൽ കഴിഞ്ഞിരുന്ന ഒരുപാടു കുടുംബങ്ങൾ പാടത്തേയ്ക്കു സ്വയം പറിച്ചു നടാനൊരുങ്ങി. നിരത്ത് അവരെയെല്ലാം താഴേയ്ക്കു സ്വാഗതം ചെയ്തു. അതോടൊപ്പം കുന്നിൽ കുടിവെള്ളത്തിന്റെ ലഭ്യത കുറഞ്ഞുവരികയും ചെയ്തു. പാതാളത്തോളം താഴ്ന്നു കിടന്നിരുന്ന കിണറുകൾ കുംഭമാസമാകുന്നതോടെ വരളാൻ തുടങ്ങി. തോടങ്ങാടിയുടെ അമിതമായ വികസനവും ഞങ്ങളെയാണ് ബാധിച്ചത്. വളരെ വേഗം വൻനഗരത്തിന്റെ ലക്ഷണങ്ങൾ കാണിച്ചു തുടങ്ങിയ തോടങ്ങാടിയിൽ സ്ഥലം കിട്ടാക്കനിയായി. കൂടിയ വിലയ്ക്ക് ഉള്ളതു വിറ്റ് കൂടും കുടുക്കയുമാ

യി കുടുംബങ്ങൾ ചുരുങ്ങിയ വിലയ്ക്കു കിട്ടുന്ന സ്ഥലമന്വേഷിച്ച് വന്നെത്തിയത് താന്നിപ്പാടത്താണ്.

വയലുകൾക്കു നടുവിലൂടെ നിരത്തുകൾ വന്നാൽ പിറ്റേന്നു മുതൽ വയലുകൾ അപ്രത്യക്ഷമായിത്തുടങ്ങുമെന്ന് ഞങ്ങളാരും മനസ്സിലാക്കിയില്ല. കന്നിക്കൊയ്ത്തും മകരക്കൊയ്ത്തും മുടക്കമില്ലാതെ ഉത്സവം പോലെ നടന്നുപോന്ന ഞങ്ങളുടെ പാടങ്ങൾ ആരുടെയും ഓർമ്മയിൽപ്പോലുമില്ലാതെയായി.

മഴക്കാലമായാൽ പാടത്ത് വെള്ളം നിറയും. താന്നിപ്പുഴ കരകവിഞ്ഞൊഴുകാറുമുണ്ട്. വളഞ്ഞുപുളഞ്ഞു കിടന്ന നിരവധി കൈത്തോടുകൾ വയലുകളുടെ ഞരമ്പുകളായിരുന്നു. പുഴയിൽനിന്ന് കൈത്തോടുകളിലൂടെ പാടങ്ങൾ ലക്ഷ്യമാക്കി പലതരം മീനുകൾ നീന്തിവരും. ദിവസങ്ങൾക്കകം വയലുകളിൽ അവ പെറ്റുപെരുകും. നക്ഷത്രക്കൂട്ടങ്ങളെപ്പോലെ വരാൽക്കുഞ്ഞുങ്ങൾ തെളിവെള്ളത്തിൽ ഒഴുകിനടക്കും. ആർക്കും പിടികൊടുക്കാതെ അവയ്ക്കൊപ്പം തള്ള വരാലുകളുമുണ്ടാകും.

നെല്ലു കതിരിടുന്നതിനു മുമ്പുതന്നെ മീൻ കുഞ്ഞുങ്ങൾ വളർന്നു പാകമാവും. ചൂണ്ടക്കാരിറങ്ങുന്നത് അപ്പോഴാണ്. കൂടുവെച്ചു മീൻപിടിക്കുന്നവരുമുണ്ട്. കുമാരന് അതൊരു വിനോദമാണ്. നന്നായി കൂടുണ്ടാക്കാനും കുമാരനറിയാം. മൂത്ത തെങ്ങോല അതിനായി പ്രത്യേകം വെട്ടിയിടാറുമുണ്ട്. ഒഴിവു സമയങ്ങളിൽ ഈർക്കിൽ കോതിയെടുത്ത് കൂടുണ്ടാക്കുന്നതും കണ്ടിട്ടുണ്ട്. രാത്രിയിൽ കൂടു മോഷ്ടിക്കുന്നവരും, കൂടെടുത്ത് കുടഞ്ഞ് മീനുകളെ സ്വന്തമാക്കി കൂട് അവിടെത്തന്നെ വെച്ചു പോകുന്ന വിദ്വാന്മാരുമുണ്ട്.

കൊയ്ത്തുകഴിഞ്ഞാൽ ഒറ്റാലുകൊണ്ടുള്ള മീൻപിടുത്തം തുടങ്ങും. കുമാരൻ അക്കാര്യത്തിലും വിദഗ്ധനായിരുന്നു. അയാൾക്ക് ഒന്നാന്തരം ഒറ്റാലുമുണ്ടായിരുന്നു. രാത്രി ഏറെ വൈകിയും വിജനമായ പാടത്ത് ഒറ്റാലിന്റെ ഒച്ച കേൾക്കാറുണ്ട്.

കുമാരന്റെ അപ്രതീക്ഷിതമായ മരണം നല്ലൊരു മീൻ പിടുത്തക്കാരനെയും ഞങ്ങൾക്ക് നഷ്ടപ്പെടുത്തി. കൂടും ഒറ്റാലുമൊക്കെ ആരോ എടുത്തു കൊണ്ടുപോയെന്ന് ലീല ഒരിക്കൽ പറയുകയുണ്ടായി. കുട്ടികൾ വളരെ ചെറുതായിരുന്നല്ലോ അന്ന്.

താന്നിപ്പാടത്തിന്റെ സുവർണ്ണകാലം അവസാനിച്ചു എന്ന പ്രഖ്യാപനം കൂടിയായിരുന്നു നാരായണൻകുട്ടിയുടെ നേതൃത്വത്തിൽ

നടന്ന ജനകീയ മീൻവേട്ട. ഇനിയൊരിക്കലും താന്നിപ്പാടം അതിന്റെ പഴയ പ്രതാപത്തോടെ കാണപ്പെടില്ലെന്ന് ആ ചെറുപ്പക്കാർക്കു തോന്നിക്കാണണം. ചെറിയ ചെറിയ തുരുത്തുകളാക്കിത്തിരിച്ച് മണ്ണിട്ട് പൊക്കി പാടങ്ങളെ പറമ്പുകളാക്കുന്ന കാലത്ത് അവശേഷിക്കുന്ന പാടങ്ങളിലേയ്ക്കും നീരൊഴുക്കു കുറയും. മീനുകൾക്കു വരാൻ കഴിയാതാവും. ചൂണ്ടയിടാനും കൂടുവെയ്ക്കാനും ഒറ്റാനുമൊന്നും ആളുകളുമില്ലാതാകും. എന്നാൽ പിന്നെ അവസാന ശ്രമമെന്ന നിലയിൽ പരമാവധി മീൻപിടിക്കാൻ അവർ തീരുമാനിച്ചു. അതൊരു ജനകീയ സംരംഭമാക്കി മാറ്റി.

അന്നൊരു ഞായറാഴ്ചയാണ്. പത്തിരുപതു പേരടങ്ങുന്ന ഒരു സംഘവുമായി നാരായണൻകുട്ടി താന്നിക്കുന്നിറങ്ങിവന്നു. പുതിയ റോഡിനും കുന്നിനുമിടയിലുള്ള പാടങ്ങളിലാണ് അവർ കേന്ദ്രീകരിച്ചത്. കൊയ്ത്തുകഴിഞ്ഞാലുടനെ ഓരോ കണ്ടത്തിലും ഒന്നെന്ന കണക്കിൽ തോലുകെട്ട് കൊണ്ടുവന്നിടുക പതിവാണ്. ഇതിനായി പാടത്തിന്റെ ഉടമസ്ഥരെല്ലാം പടുമരങ്ങൾ നട്ടുവളർത്താറുണ്ട്. തോൽവെട്ടുകാർ മരച്ചില്ലകളും ഇലകളും വലിയ കെട്ടുകളാക്കി തലച്ചുമടായി കൊണ്ടുവന്ന് കണ്ടങ്ങളുടെ നടുവിലിടും. വെള്ളത്തിൽ മുങ്ങി അതങ്ങനെ ആഴ്ചകളോളം കിടക്കും. പിന്നെ പാടം പൂട്ടാനായാൽ തോലുകെട്ടഴിച്ച് അതതു കണ്ടങ്ങളിൽ വിതറും. അപ്പോഴേക്കും അതൊക്കെ ചീഞ്ഞു പാകമായിട്ടുണ്ടാവും. മൂരികൾക്ക് അതിനു മുകളിലൂടെ നടക്കാൻ പ്രയാസമുണ്ടാകില്ല.

നിരത്തിൽ നിരന്നുനിന്ന് ചെറുപ്പക്കാരുടെ സംഘം എല്ലാ കണ്ടങ്ങളും നിരീക്ഷിച്ചു. വലിയ തോലുകെട്ട് ഓരോ കണ്ടത്തിന്റെയും നടുവിൽതന്നെയുണ്ട്. ഇനി ഏറിയാൽ ഒരാഴ്ച. അതിനുമുമ്പ് കന്നുപൂട്ടു നടക്കും. ഇപ്പോൾ വെള്ളം വല്ലാതെ താണിട്ടുണ്ട്. കാലിന്റെ നെരിയാണിവരെ.

ഏറ്റവും വലിയ ഒരു കണ്ടം അവർ തെരഞ്ഞെടുത്തു. ചുറ്റിലുമായി വരമ്പിനോടു ചേർന്നുനിന്നു. എന്നിട്ട് ഒരേ സമയം തോലുകെട്ടിനെ ലക്ഷ്യമാക്കി കാലുകൊണ്ട് വെള്ളം തേവിത്തേവി നീങ്ങിത്തുടങ്ങി. തോലുകെട്ടിന് രണ്ടു മീറ്ററകലെ വട്ടത്തിൽ വന്നു നിന്നു. ആ നിൽക്കുന്നിടം ഒരു വട്ടമാണെന്നു സങ്കൽപ്പിച്ച് അതിനു പുറത്തുനിന്ന് ചെളി മാന്തിയെടുത്ത് വരമ്പുകെട്ടി. നിമിഷങ്ങൾ കൊണ്ടു തോലുകെട്ടിനു ചുറ്റും വെള്ളത്തിൽ നിന്നും ഉയരെ കാ

ണാവുന്നവിധം വരമ്പായി.

ഈ ചെറുപ്പക്കാർ ഇതെന്താണു ചെയ്യുന്നതെന്ന കൗതുകത്തോടെ ഒട്ടേറെ നാട്ടുകാർ അവിടെ വന്നു ചേർന്നു. തോലുകെട്ടു വളഞ്ഞു മീൻപിടിക്കുന്നത് അവർക്കാർക്കും പുതുമയുള്ള കാര്യമേയല്ല. പരമ്പരാഗതമായി ചെയ്തു പോരുന്ന ഒരു വിനോദം. ഇതിപ്പോൾ അങ്ങനെയല്ലല്ലോ. കോളേജിൽ പഠിക്കുന്ന ഒരു കൂട്ടം ചെറുപ്പക്കാർ ഷർട്ടും പാന്റുമിട്ട് പാടത്തിറങ്ങിയിരിക്കുന്നു!

കെട്ടിനകത്തു കടന്ന് തോലു വാരിക്കളയാൻ അവർക്ക് നിമിഷങ്ങളേ വേണ്ടിവന്നുള്ളൂ. അപ്പോഴേക്കും മുൻകൂട്ടി പറഞ്ഞതു പ്രകാരമാകണം മണികണ്ഠൻ ഒരു വലിയ കുട്ടയുമായി അവിടെയെത്തി.

കുറച്ചു വെള്ളം പുറത്തേയ്ക്കു തേവിക്കളഞ്ഞു. അപ്പോൾതന്നെ വലിയവലിയ മീനുകളെ കാണാൻ തുടങ്ങി. ചെറുപ്പക്കാർക്ക് ആവേശമായി. അതിൽ പലരും ആദ്യമായി പാടത്തിറങ്ങുന്നവരാണ്. പലരും ആദ്യമായി മീൻ പിടിക്കുകയാണ്. ചുറ്റും നിൽക്കുന്നവർ ഒച്ചയും ബഹളവുമുണ്ടാക്കി രംഗം കൊഴുപ്പിച്ചു.

അര മണിക്കൂർ കൊണ്ട് കെട്ടിനകത്തെ മീനുകളെല്ലാം കൊട്ടയിലായി. ആരവത്തോടെ അവർ അടുത്ത കണ്ടത്തിലേയ്ക്കു നീങ്ങി. അതിനിടെ കാഴ്ചക്കാരുടെ എണ്ണം കൂടിയിരുന്നു.

അപ്പോൾ നാരായണൻകുട്ടി പുതിയൊരാശയം അവതരിപ്പിച്ചു. ഇനിയുള്ളതൊക്കെ ചെറിയ കണ്ടങ്ങളാണല്ലോ. അതിന് ഇത്രയും ആളുകൾ വേണ്ട. കുറച്ചു പേരുടെ ഗ്രൂപ്പുകളുമായി ഒരേ സമയം ഒന്നിലധികം കണ്ടങ്ങളിലിറങ്ങാനായിരുന്നു അവന്റെ നിർദ്ദേശം. അതു ശരിയാണെന്ന് എല്ലാവർക്കും തോന്നി. അവരുടെ കൂടെയിറങ്ങാൻ നാട്ടുകാരും തയ്യാറായി.

ഉച്ചയോടെ ഒട്ടുമിക്ക കണ്ടങ്ങളിലും തോലുകെട്ടു വളയൽ പരിപാടി നടന്നു. അണിഞ്ഞൊരുങ്ങിവന്ന കോളേജു കുമാരന്മാർ ഉടുപ്പിലാകെ ചെളിപറ്റിയും ഏറെ അവശരായും മാറിയെങ്കിലും അതൊന്നും അവരുടെ ആവേശത്തെ ബാധിച്ചില്ല.

മണികണ്ഠന്റെ കൊട്ടയിൽ നിറയെ മീനുകളാണ്. വലിയ മീനുകൾ തന്നെ. വരാൽ, മുഴു, കടു - അങ്ങനെ പാടത്തു കാണുന്ന സാധാരണ മീനുകൾ.

എല്ലാവരും കൂടി ജാഥയായി നാരായണൻകുട്ടിയുടെ വീട്ടുമുറ്റ

ത്തെത്തി. കിണറ്റിൻകരയിൽ പോയി കൈകാലുകൾ കഴുകി. ലീലയുടെ നേതൃത്വത്തിൽ എല്ലാവർക്കും ദാഹമകറ്റാൻ മോരുംവെള്ളം തയ്യാറാക്കിയിരുന്നു.

ചുറ്റുവട്ടത്തുള്ള വീടുകളിലേയ്ക്കും, മീൻ പിടിക്കാൻ കൂടിയവർക്കും ചെറിയ കോമ്പകളായി മീൻ പോയിക്കൊണ്ടിരുന്നു. മണികണ്ഠന്റെ കൂട്ടുകാർ ഓടിയോടി ഓരോന്നും അതതു വീടുകളിലെത്തിച്ചു.

കോളേജിൽ നിന്നു വന്നവരിൽ പലരും മീൻ എടുത്തില്ല. അവർ ഒരു രസത്തിന്, നാരായണൻകുട്ടിയെ സഹായിക്കാൻ മാത്രമായി വന്നവർ.

കുറുക്കനും പരുന്തും നീർക്കോലിയും തിന്നും വരൾച്ചയിൽ ചത്തൊടുങ്ങിയും തീരുമായിരുന്ന മത്സ്യസമ്പത്ത് ജനകീയ പങ്കാളിത്തത്തോടെ ആവശ്യക്കാരിലെത്തിച്ച ആ സംഭവം ഒറ്റപ്പെട്ടതായിരുന്നു. എന്തും കൂട്ടായ്മയിലൂടെ ആഘോഷമാക്കി പൊലിപ്പിക്കുകയെന്ന നാരായണൻകുട്ടിയുടെ പതിവ് ശൈലിയുടെ ഏറ്റവും നല്ല ഉദാഹരണമായിരുന്നു ജനകീയ മീൻവേട്ട.

അന്നു രാത്രി ഒരു പാത്രം നിറയെ മീൻകറിയുമായി നാരായണൻകുട്ടിയും മണികണ്ഠനും വീട്ടിൽ വന്നു. അമ്മ വെച്ചതാണെന്നു പറഞ്ഞ് എനിക്ക് നീട്ടി. ഒറ്റത്തടിയായ ഞാൻ കറിവെയ്ക്കാനൊന്നും മെനക്കെടില്ലെന്ന് അവർക്കറിയാമല്ലോ. മുളകരച്ച് പച്ചമാങ്ങയിട്ട് വേവിച്ച് അൽപം വെളിച്ചെണ്ണയും തൂവിയ ആ കറിയുടെ ഗന്ധവും രുചിയും ഇതാ, ഇപ്പോഴും എന്റെ നാക്കിൻ തുമ്പിലുണ്ട്.

കാടും കടലും

യാത്രകൾക്കായി ചില ദിവസങ്ങൾ മാറ്റിവെയ്ക്കണമെന്ന നിർദ്ദേശം വെച്ചത് നാരായണൻകുട്ടിയാണ്. ദാസനും കൃഷ്ണൻമാഷും ട്യൂഷൻ സെന്ററിന്റെ പ്രവർത്തനങ്ങളെപ്പറ്റി സംസാരിച്ചുകൊണ്ടിരിക്കെ അങ്ങോട്ടു ചെന്നതായിരുന്നു അയാൾ. എല്ലാവർക്കും തിരക്കുകളുണ്ട്. സ്വന്തം കാര്യങ്ങൾ, പൊതുകാര്യങ്ങൾ, കുടുംബകാര്യങ്ങൾ - എല്ലാത്തിലും ഇടപെടേണ്ടതുണ്ട്. നാരായണൻകുട്ടി അവന്റെ കാര്യം പറഞ്ഞു. കോളേജിൽ പഠിക്കാൻ പോകണം. ട്യൂഷൻ സെന്ററിൽ ക്ലാസെടുക്കണം. വീട്ടിലെ കാര്യങ്ങൾ ശ്രദ്ധിക്കണം. പ്രത്യേകിച്ച് അനുജന്റെ പഠനകാര്യങ്ങൾ. ഇതിനെക്കാളൊക്കെ പ്രധാനമാണ് ഷെൽറ്ററിന്റെ മുന്നോട്ടുള്ള പോക്ക്.

ഇതിനൊക്കെയുള്ള ഊർജ്ജം കിട്ടണമെങ്കിൽ യാത്ര ചെയ്യണം. നാരായണൻകുട്ടി പറഞ്ഞു. കൃഷ്ണൻമാഷും ദാസനും കൗതുകത്തോടെ നോക്കി.

സ്കൂളിൽ ജോലി ചെയ്ത ആദ്യകാലങ്ങളിൽ കുട്ടികളുമായി ചില പഠനയാത്രകൾ നടത്തിയതല്ലാതെ കാര്യമായി മറ്റു യാത്രകൾക്കൊന്നും മെനക്കെട്ടിട്ടില്ലെന്ന് കൃഷ്ണൻ മാഷ് ഓർത്തു. ഒരു മാതിരിപ്പെട്ടവരൊക്കെ തീർത്ഥാടനം നടത്താറുണ്ട്. ശബരിമല, പഴനി, ഗുരുവായൂർ- ഇങ്ങനെ എവിടെയെങ്കിലും. ചെറുപ്പകാലം മുതൽ ഈശ്വരവിശ്വാസമില്ലാതിരുന്നതിനാൽ അത്തരം യാത്രകളും വേണ്ടിവന്നിട്ടില്ല. താൻ ഒരു പ്രാരാബ്ധക്കാരനുമാണ്. അതുകൊണ്ടാണല്ലോ ഈ പ്രായത്തിലും ഇങ്ങനെയൊരു ജോലിക്ക് വരേണ്ടി വന്നത്.

ദാസന്റെ കഥ അതല്ല. മോശമല്ലാത്ത ചുറ്റുപാടുകളുണ്ട്. കുറെ സ്ഥലമുണ്ട് കുടുംബം വകയായി. പഠനത്തിൽ ഏറെ മുന്നേറാനാ

യില്ലെങ്കിലും ലോകവിവരമുള്ളവനാണ്. തമിഴ്നാട്ടിലേയ്ക്ക് പല തവണ യാത്ര ചെയ്ത അനുഭവമുണ്ട്. അനുജനെ പഠിപ്പിച്ച് വലിയ നിലയിലെത്തിക്കണമെന്ന ആഗ്രഹവുമുണ്ട്.

നാരായണൻകുട്ടി പറഞ്ഞതിൽ കാര്യമുണ്ടെന്ന് ദാസനു തോന്നി. എത്ര ചെറുതെങ്കിലും ഒരു യാത്ര കഴിഞ്ഞു വന്നാൽ മുമ്പില്ലാത്ത ഉന്മേഷം തോന്നാറുണ്ട്.

“എവിടെ പോകും? ഒന്നോ രണ്ടോ ദിവസം. അത്രയല്ലേ പറ്റൂ?”കൃഷ്ണൻമാഷ് ഇടപെട്ടു.

എവിടെ പോകുന്നു, എത്ര ദിവസം പോകുന്നു എന്നതല്ല പ്രശ്നം, പോകുന്നു എന്നതാണ്. നിത്യവും പെരുമാറുന്ന സ്ഥലത്തുനിന്ന് ഒരു മാറ്റം.

ഗൗരവത്തോടെയാണ് നാരായണൻകുട്ടി പറയുന്നത്. മറ്റു രണ്ടുപേരും മുഖാമുഖം നോക്കി. സംഗതി ശരിയാണ്. എന്നാലും എവിടെയാണ് പോകേണ്ടതെന്ന് പറയുന്നില്ലല്ലോ.

അൽപനേരം ആരും ഒന്നും മിണ്ടിയില്ല.

“അങ്ങനെയാണെങ്കിൽ...” കൃഷ്ണൻമാഷ് മൗനം ഭഞ്ജിച്ചു.

“മൈസൂരു വരെ ഒന്നുപോകാം. എത്ര കാലമായി അവിടെയൊക്കെ കണ്ടിട്ട്?”

ദാസൻ ചിരിച്ചു. മാഷ് സ്കൂളിൽ നിന്നു കുട്ടികളെ കൊണ്ടുപോയ കാര്യമാണ് ഓർത്തതെന്ന് അവനു മനസ്സിലായി. എക്സ്കർഷന് സ്ഥിരം പോകുന്ന സ്ഥലമാണ് മൈസൂർ. താനും പോയിട്ടുണ്ട്. പക്ഷേ, മാഷ് വേറെ സ്ഥലം പറയാതെ ഒരിക്കൽ പോയ സ്ഥലം തന്നെ വീണ്ടും കാണണമെന്നാഗ്രഹിക്കുന്നതിന്റെ രഹസ്യമെന്താണ്?

“ബഹളങ്ങളിലേയ്ക്കല്ല മാഷേ പോകേണ്ടത്.”

നാരായണൻകുട്ടി ശാന്തനായി പറഞ്ഞു. “അതൊക്കെ വലിയ നഗരമാണ്. ആൾക്കൂട്ടമാണ്. അതുകണ്ടിട്ട് നമുക്കെന്തു കിട്ടാനാണ്? ശാന്തമായ, സ്വസ്ഥമായ സ്ഥലങ്ങളിൽ പോകണം. അപ്പോഴല്ലേ മനസ്സിന് സമാധാനം കിട്ടുക?”

മുമ്പിലിരിക്കുന്ന ഇരുവരും ആശയക്കുഴപ്പത്തിലായെന്ന് നാരായണൻകുട്ടിക്കു മനസ്സിലായി. താനുദ്ദേശിക്കുന്നതെന്താണെന്ന് എങ്ങനെയാണ് വ്യക്തമാക്കുക? ഇങ്ങനെയൊക്കെയേ തനിക്കു പറയാൻ കഴിയൂ.

കുറച്ചുനേരം ആരും ഒന്നും പറഞ്ഞില്ല. അപ്പോൾ പുതിയ ഒരു കാര്യം അവതരിപ്പിക്കുന്ന മട്ടിൽ നാരായണൻകുട്ടി പറഞ്ഞു:

“ഞാനിതുവരെ കാടു കണ്ടിട്ടില്ല.”

ഒരു ഞെട്ടലോടെ കൃഷ്ണൻമാഷ് ദാസനെ നോക്കി.

“മാഷ് കാടു കണ്ടിട്ടുണ്ടോ?” ദാസൻ ചോദിച്ചു.

“ഓ...” മാഷ് ആവേശത്തോടെ പറഞ്ഞു: “വയനാട്ടിലൂടെ മൈസൂരിലേക്കു പോകുമ്പോൾ കാട്ടിലൂടെയല്ലേ കുറെ ദൂരം യാത്ര ചെയ്യുന്നത്!”

“ബസ്സിലിരുന്നു കണ്ടതല്ലേ മാഷേ? കാട്ടിൽ പോയി കാടു കണ്ടിട്ടില്ലല്ലോ?”

നാരായണൻകുട്ടിയുടെ ചോദ്യത്തിനു മുമ്പിൽ മാഷ് നിശ്ശബ്ദനായി.

തന്റെ കാടനുഭവത്തിന്റെ ഓർമ്മയിലായിരുന്നു അപ്പോൾ ദാസൻ. കോയമ്പത്തൂരിലേയ്ക്കു പോകുമ്പോൾ, ഒരിക്കൽ, ദേശീയ പാതയിൽ എന്തോ പ്രശ്നമുണ്ടായി. വേറെ വഴിയില്ലാതെ വാഹനം അട്ടപ്പാടി വഴി തിരിച്ചു വിട്ടു. കാടിനു നടുവിലൂടെയുള്ള ആ യാത്ര ഒരിക്കലും മറക്കാനാവില്ല. അപ്പോഴും പക്ഷേ, കാടിനുള്ളിൽ പോയി കാടു കാണുന്നതിനെപ്പറ്റി താനും ആലിചിച്ചിട്ടില്ല. അതൊരു വല്ലാത്ത ആശയം തന്നെയാണെന്ന് ദാസനു തോന്നി.

അടുത്ത ഞായറാഴ്ച അതിരാവിലെ അവർ പുറപ്പെട്ടത് അട്ടപ്പാടിയിലേയ്ക്കു തന്നെയായിരുന്നു. ട്യൂഷൻ സെന്ററിന്റെ ചുമതല കൃഷ്ണൻമാഷെ ഏൽപ്പിച്ചു. കാട്ടിൽ പോകാനൊന്നും ഞാനില്ലേ എന്നു പറഞ്ഞ് മാഷ് തുടക്കത്തിലേ ഒഴിഞ്ഞുമാറിയതാണ്.

ഷെൽറ്ററുമായി ബന്ധപ്പെട്ട കാര്യത്തിനാകും യാത്രയെന്നാണ് ലീലയും മണികണ്ഠനും കരുതിയത്. ഒഴിവു ദിവസങ്ങളിൽ അതു പതിവാണ്. അർദ്ധരാത്രിയോടെയാണ് മടങ്ങിയെത്തിയത്. ദാസനും കൂടെയുണ്ടെന്നു കണ്ടപ്പോൾ ലീല ഒന്നും ചോദിച്ചതുമില്ല. പിറ്റേന്നു രാവിലെ അവർ ഒരുമിച്ചു ട്യൂഷൻ സെന്ററിലേയ്ക്കു പോവുകയും ചെയ്തു.

കാട് അത്ഭുതങ്ങളുടെ കലവറയാണ്. വഴിയിൽ വെച്ച് കൂട്ടിനു കിട്ടിയ രാമനെന്ന ആദിവാസി ചെറുപ്പക്കാരന്റെ കൂടെ നടക്കുമ്പോൾ നാരായണൻകുട്ടിക്കു തോന്നി. അധികദൂരം ഉള്ളിലേയ്ക്കു പോകാൻ അയാൾ സമ്മതിച്ചില്ല. വന്യജീവികൾ ഏതു നേരവും ചാടി

വീഴാം. തനിക്കു പേടിയൊന്നുമില്ല. അതല്ലല്ലോ കൂടെ വന്നവരുടെ സ്ഥിതി. ആദ്യമായി കാട്ടിൽ കടക്കുന്നവർക്ക് കാടിന്റെ രഹസ്യങ്ങളറിയുന്നതെങ്ങനെ?

ചെറിയൊരു കുന്നിന്റെ മുകളിലാണ് അവരിപ്പോൾ നിൽക്കുന്നത്. ഒരു കിലോമീറ്റർ ദൂരം പോലും നടന്നിട്ടില്ലെന്ന് ഉറപ്പാണ്. എന്നിട്ടും കിതച്ചുപോയി. വഴികാട്ടി പോകുന്ന അതേ ചവിട്ടടിപ്പാതയിലൂടെ അങ്ങുമിങ്ങും നോക്കി മൗനികളായി അവർ പിന്തുടരുകയായിരുന്നു.

കാടിന്റെ ഉള്ളെന്താണെന്ന് ഏതാണ്ടൊരു ധാരണ കിട്ടി. ഇലകൾ വീണുവീണ് മെത്തപോലെ കിടക്കുന്ന അടിക്കാട്. മഹാമാരി പോലും മഹാവൃക്ഷങ്ങൾ പിന്നിട്ട് ഈ കട്ടിമെത്ത കുതിർത്ത് മണ്ണിലേയ്ക്കെത്തുകയില്ല. അടിക്കാടിലൂടെ നടക്കാനും കഴിയില്ലെന്ന് രാമൻ പറഞ്ഞു. ബാലൻസ് കിട്ടില്ലെന്ന് അയാൾ അഭിനയിച്ചു കാണിച്ചു. പിന്നെ പാമ്പുകളുമുണ്ടാകും.

നാരായണൻകുട്ടി മുകളിലേയ്ക്കു നോക്കി. ആകാശം കാണുന്നില്ല. വൻമരങ്ങളുടെ ശൃംഖല ആകാശത്തെ ഭൂമിയിൽ നിന്നു മറച്ചുപിടിക്കുന്നു. അപരിചിതമായ എന്തെല്ലാമോ ശബ്ദങ്ങൾ. കിളികൾ മാത്രമാണോ? ഒരിക്കലുമല്ല. സൂക്ഷ്മജീവികൾ വരെ പുറപ്പെടുവിക്കുന്ന വിശേഷ ശബ്ദങ്ങൾ. ജീവിതത്തിൽ ഒരിക്കലും കേട്ടിട്ടില്ലാത്തത്.

അവർ മൂന്നുപേരും മൂന്നു ദിക്കുകളിലേയ്ക്കു നോക്കി മിണ്ടാതെ നിന്നു. അഗാധമായ മൗനം. അതിനു മുകളിൽ അനേക ജീവികളുടെ ശബ്ദമേളം. നാരായണൻകുട്ടിക്കു തോന്നി, ഏതു മഹാനഗരമാണ് മനസ്സിനെ ഇത്രയും സ്വാധീനിക്കുന്നത്! താപസന്മാർ കാടു തേടിപ്പോകുന്നതിന്റെ രഹസ്യം ഇതല്ലാതെ മറ്റെന്താണ്? പലതരം കായ്കനികൾ കാട്ടിലുണ്ടാകുമെന്നു കേട്ടിട്ടുണ്ട്. അതെന്തൊക്കെയാവും? ചുറ്റും നോക്കിയെങ്കിലും ഒന്നും കണ്ടെത്താനായില്ല. ഏതു മരത്തിൽ എന്തു കായുണ്ടാകുമെന്ന് ആർക്കറിയാം? നാട്ടുമരങ്ങളല്ലേ നാം കാണുന്നുള്ളൂ.

അങ്ങനെ ആലോചിച്ചുനിൽക്കെ കാടിനെ അതിന്റെ മുകളിൽ നിന്നു കാണണമെന്നു തോന്നി. എന്തു രസമായിരിക്കും! അപ്പോൾ, പൊടുന്നനെ, അച്ഛനെ ഓർമ്മ വന്നു. പുഴ കാണേണ്ടതു മുകളിൽ നിന്നാണെന്നു പറഞ്ഞ അച്ഛൻ. പുഴയെ കല്ലെറിഞ്ഞു നോവിക്കരു

തെന്നു പറഞ്ഞ അച്ഛൻ. കാടിനെപ്പറ്റി അച്ഛൻ ഒന്നും പറഞ്ഞിട്ടില്ല. കാടു കാണാത്തതു കൊണ്ടായിരിക്കുമോ?

ഏറെ നേരം കാടിന്റെ ഉള്ളകം ആസ്വദിച്ചശേഷം അവർ തിരിച്ചു നടന്നു. നിരത്തിലെത്തിയപ്പോൾ രാമനു ചായക്കാശു കൊടുത്തു. ഇനിയും വരുമെന്നു പറഞ്ഞു. നിഷ്ക്കളങ്കമായി ചിരിച്ചുകൊണ്ട് അയാൾ നടന്നു മറഞ്ഞു.

ബസ്സു കാത്തു നിരത്തുവക്കിൽ നിൽക്കുമ്പോൾ നാരായണൻകുട്ടി പറഞ്ഞു:

"അടുത്ത യാത്ര കടലിലേയ്ക്ക്. എന്താ?"

"ഓ, ശരി" ദാസൻ സമ്മതിച്ചു. പ്രായത്തിൽ ഇളയതാണെങ്കിലും നാരായണൻകുട്ടിക്ക് തന്നെക്കാൾ വിവേകമുണ്ടെന്ന് അതിനകം ദാസൻ തിരിച്ചറിഞ്ഞിരുന്നു.

"അതുകഴിഞ്ഞ് വീണ്ടും കാട്. പിന്നെ കടൽ. പിന്നെയും കാട്..." കൈ മുന്നോട്ടാഞ്ഞാഞ്ഞ് നാരായണൻകുട്ടി പറഞ്ഞു. ഓരോന്നിനും ദാസൻ ഓ... ഓ... എന്നു സമ്മതം കൊടുത്തു.

ഒടുക്കം ഇരുവരും ചിരിച്ചുപോയി.

ആ മാസം തന്നെ അതുപോലൊരു ഞായറാഴ്ച അവർക്കു വീണുകിട്ടി. മറ്റൊന്നും ആലോചിക്കാതെ നഗരത്തിലേയ്ക്കു പുറപ്പെട്ടു. നേരെ കടപ്പുറത്തേയ്ക്ക്. കുറേ നേരം തിരമാലകളോടു കൂട്ടുകൂടി കളിച്ചശേഷം ഒരു മരത്തണലിൽ വിശ്രമിച്ചു.

കാടിന്റെ വിശേഷങ്ങൾ തിരക്കിയതുപോലെ കൃഷ്ണൻമാഷ് കടലിന്റെ വിശേഷങ്ങളും തിരക്കണമെന്നില്ല. കടൽ കാണാത്ത മനുഷ്യരുണ്ടാകുമോ? താനും കടൽ കണ്ടിട്ടുണ്ട്. അച്ഛൻ തങ്ങളെ കടലുകാണിക്കാനായി ഈ നഗരത്തിൽ വന്നിട്ടുണ്ട്. ഏതാനും നിമിഷങ്ങൾ ആ സ്മരണയിൽ മുഴുകിയ ശേഷമാണ് ദാസനും മൗനമായി കടലിനെ നോക്കിയിരിക്കയാണല്ലോ എന്ന് നാരായണൻകുട്ടി ശ്രദ്ധിച്ചത്.

"സത്യത്തിൽ കാടിനെക്കാൾ ഭീകരമല്ലേ കടൽ?" ദാസൻ ചോദിച്ചു

"കാട്ടിൽ ശ്വാസം മുട്ടി മരിക്കില്ല. കടലിലോ?"

"എന്തിനാണ് മരണത്തെപ്പറ്റി ആലോചിക്കുന്നത്?"

കുസൃതിച്ചിരിയോടെ നാരായണൻകുട്ടി തിരിച്ചു ചോദിച്ചു:

"കാടും കടലും മരണകേന്ദ്രങ്ങളല്ലല്ലോ. രണ്ടും ഭൂമിയുടെ ജീവൻ

നിലനിർത്താനുള്ളതല്ലേ?”

അതു ശരിയാണെന്നു ദാസൻ മൂളി.

“നോക്കൂ, കടൽ എത്ര ശാന്തമാണ്! തിരമാലകൾ ഇങ്ങനെ ഒച്ചവെയ്ക്കുന്നതുപോലും കരയുടെ നേർക്കു നോക്കിയല്ലേ? കടലിനു നടുവിൽ ഇത്രത്തോളം തിരമാലകളുണ്ടാകുമോ?”

നാരായണൻകുട്ടി ചോദിച്ചു. ദാസൻ മിണ്ടിയില്ല.

“കടലല്ലേ വലുത്, കരയേക്കാൾ?” അൽപനേരത്തിനു ശേഷം ദാസൻ ചോദിച്ചു.

“അതെ. കരയിലുള്ളതിനേക്കാൾ ചെറുതും വലുതുമായ ജീവികളും കടലിലാണുള്ളത്.”

അറ്റം കാണാത്ത കടലിലേയ്ക്കു നോക്കി അവർ പിന്നെയും മിണ്ടാതിരുന്നു. ദീർഘനേരം.

കടലിനെ അതിന്റെ മുകളിൽ നിന്നു കണ്ടാൽ എങ്ങനെയുണ്ടാവും? നാരായണൻകുട്ടി ആലോചിച്ചു നോക്കി. അക്കാര്യം അച്ഛനും പറഞ്ഞിട്ടില്ല. ശാന്തമായി, അനങ്ങാതെ കിടക്കുന്ന നീലപ്പരപ്പ്. അതായിരിക്കും ആ കാഴ്ച. അപ്പോൾ കാടോ? ആകാശത്തിന്റെ ഉച്ചിയിൽ നിന്ന് കാടിനെ കാണുമ്പോൾ എങ്ങനെയുണ്ടാവും? പച്ചക്കടലായിരിക്കും. കടൽ നീലയും. എത്രയെങ്കിലും മുകളിൽ നിന്നു കണ്ടാൽ പച്ചയും നീലയും വേർതിരിച്ചറിയുമോ? സാധ്യത കുറവാണ്. അപ്പോൾ എന്താണതിന്റെ അർത്ഥം?

മനുഷ്യൻ ഇടപെടുന്ന ചെറിയൊരു ഭാഗമൊഴിച്ചാൽ ഭൂമിയുടെ ബാക്കി ഭാഗമെല്ലാം നിത്യശാന്തിയുടെ വലിയൊരു പരപ്പാണ്.

അന്നു മടങ്ങുമ്പോൾ മനസ്സിനു വല്ലാത്തൊരു ശാന്തത കൈവന്നതായി നാരായണൻകുട്ടിക്കു തോന്നി, ദാസനും.

അവർ വീണ്ടും വീണ്ടും കാടു തേടിപ്പോയി. കടലിന്റെ വ്യത്യസ്ത തീരങ്ങളിൽ പോയി.

ചെയർമാൻ

ആഹാരകാര്യത്തിൽ ഞാനൊരു തീരുമാനമെടുക്കുകയുണ്ടായി. സ്കൂളുള്ള ദിവസങ്ങളിൽ പുറമെനിന്നു മാത്രം കഴിക്കുക. അവധി ദിവസങ്ങളിൽ വീട്ടിലുണ്ടാക്കുന്നതു മാത്രവും. സ്കൂളില്ലെങ്കിൽ വീട്ടിൽനിന്നു പുറത്തിറങ്ങില്ല എന്നർത്ഥം. വായനയ്ക്ക് കൂടുതൽ സമയം കിട്ടിത്തുടങ്ങി. അടുത്തുള്ളത് നാരായണൻകുട്ടിയുടെ വീടാണ്. അവൻ എല്ലാ ദിവസവും അതിരാവിലെ പുറപ്പെട്ടുപോകും. മണികണ്ഠൻ ഒഴിവുദിവസമാണെങ്കിലും വീട്ടിലിരിക്കാറില്ല. കൂട്ടുകാർക്കൊപ്പം കളിച്ചു നടക്കും. ലീല എന്തെങ്കിലും ജോലിക്കു പോകാറാണ് പതിവ്.

അയൽവാസികളാണെങ്കിലും നിത്യസമ്പർക്കമില്ല എന്നു ചുരുക്കം. അത് എളുപ്പവുമല്ല. വലിയൊരു പറമ്പിന്റെ ഒരറ്റത്താണ് എന്റെ വീട്. ഒഴിഞ്ഞു കിടക്കുന്ന ഒന്നു രണ്ടു പറമ്പുകൾക്കപ്പുറമുള്ള പുരയിടത്തിന്റെ അങ്ങേ അറ്റത്താണ് അവരുടെ വീട്. ഏതാനും ദിവസമായി മണികണ്ഠനെ കാണാതായപ്പോൾ ക്ലാസ് ടീച്ചർ വന്നു ചോദിച്ചു. സത്യത്തിൽ ഞാൻ വല്ലാതായി. എന്തെങ്കിലും പ്രശ്നമുള്ളതായി അറിഞ്ഞിട്ടില്ല. സാധാരണഗതിയിൽ അവൻ സ്കൂളിൽ വരാതിരിക്കുകയുമില്ല.

അന്നു വൈകുന്നേരം നിരത്തിലിറങ്ങി വെറുതെ നടക്കുമ്പോഴാണ് മണികണ്ഠൻ മുന്നിൽ വന്നുപെട്ടത്. അമ്മ ആശുപത്രിയിലാണെന്ന് അവൻ പറഞ്ഞപ്പോൾ എനിക്ക് കുറ്റബോധം തോന്നി. വല്ലപ്പോഴുമൊക്കെ അവരുടെ കാര്യങ്ങൾ തിരക്കേണ്ടതായിരുന്നു. അവസാനകാലത്ത് കുമാരൻ നല്ലൊരു സുഹൃത്തുകൂടിയായിരുന്നല്ലോ.

പഴയ അസുഖം വീണ്ടും തലപൊക്കിയതാണ്. കടുത്ത ക്ഷീ

ണവും കാലിൽ നീരും വന്നപ്പോൾ ഡോക്ടറെ കാണിച്ചു. തോടങ്ങാടി സർക്കാർ ആശുപത്രിയിൽ കിടക്കുകയാണ്.

അടുത്ത ജീപ്പിൽ ഞാൻ നഗരത്തിലേയ്ക്കു പുറപ്പെട്ടു. ചെറിയ ഹെൽത്ത് സെന്ററായിരുന്നു അത്. പടർന്നു പന്തലിച്ച് താലൂക്ക് ആശുപത്രിയായതാണ്. നാരായണൻകുട്ടി അമ്മയുടെ അടുത്തുണ്ട്. ലീല നന്നെ ക്ഷീണിച്ചിട്ടുണ്ട്. ഭയപ്പെടാനില്ലെന്ന ഡോക്ടറുടെ വാക്കിൽ പ്രതീക്ഷയർപ്പിച്ചിരിക്കയാണ്.

ഒന്നും ചോദിക്കാതെ തന്നെ എല്ലാം നാരായണൻകുട്ടി ഇങ്ങോട്ടു പറഞ്ഞു. കോളേജിൽ പോകുന്നില്ല. ട്യൂഷൻ സെന്ററിൽ പോകാതിരിക്കാനും പറ്റില്ല. രാവിലെയും വൈകീട്ടുമുണ്ടായിരുന്ന ക്ലാസ് ഏതെങ്കിലും ഒരു നേരമാക്കി ചുരുക്കി. ആ സമയം മണികണ്ഠൻ അമ്മയുടെ കൂടെ നിൽക്കും. തറവാട്ടിൽ നിന്ന് കൂടെ നിൽക്കാൻ ആർക്കും സൗകര്യപ്പെടുന്നില്ല. പലതവണ അവർ വന്നു പോയിട്ടുണ്ട്.

കൂടുതൽ നേരം അവിടെയിരിക്കാൻ കഴിഞ്ഞില്ല. അല്ലെങ്കിലും ആശുപത്രിയിലെ മരുന്നുഗന്ധവും കോലാഹലങ്ങളും എനിക്കു തീരെ പിടിക്കില്ല. ഇറങ്ങാൻ നേരം ഞാൻ നാരായണൻകുട്ടിയെ പുറത്തേയ്ക്കു വിളിച്ചു. സാമ്പത്തിക സഹായം വേണ്ടിവരുമോ എന്നായിരുന്നു സംശയം. അവൻ തുടക്കത്തിലേ നിഷേധിച്ചു.

“പൈസയ്ക്കു പ്രശ്നമില്ല മാഷേ...” ആത്മവിശ്വാസത്തോടെ അവൻ പറഞ്ഞു.

“പൈസയുണ്ട്. അമ്മയ്ക്കു വേഗം സുഖമായാൽ മതിയായിരുന്നു.”

വേഗം സുഖപ്പെടുമെന്ന് സമാധാനിപ്പിച്ച് ഞാനിറങ്ങി. അതിന്റെ നാലാം ദിവസം ലീല ആശുപത്രിയിൽ നിന്നു പോന്നു. അവർ വന്ന ജീപ്പ് കിഴക്കോട്ടുള്ള പുതിയ റോഡിലൂടെ അവരുടെ വീടിന്റെ നേരെ മുമ്പിൽ വന്നു നിന്നു. പിന്നെ ഒരു വരമ്പിന്റെ അകലമേയുള്ളൂ.

ക്ഷീണമൊക്കെ മാറിയിട്ടുണ്ട്. പാടവക്കത്തു ചെന്നു നിന്ന് ഞാൻ ചിരിച്ചു.

“പുതിയ റോഡുകൊണ്ടു ഗുണമുണ്ടായി. അല്ലേ, നാരായണൻ കുട്ടീ?” ഞാൻ ചോദിച്ചു.

അവൻ ചിരിച്ചു. പിന്നെ പുതിയൊരു വാർത്ത എന്നെ അറിയി

ച്ചു:

"അടുത്തമാസം മുതൽ ഇതുവഴി കിഴക്കങ്ങാടിയിലേയ്ക്ക് ബസ്സുണ്ടാവും."

അക്ഷരാർത്ഥത്തിൽ അതൊരാഘോഷമായിരുന്നു. അങ്ങോട്ടുമിങ്ങോട്ടുമായി ദിവസത്തിൽ നാലു ട്രിപ്പുകൾ. താന്നിക്കുന്നിന്റെ രൂപവും ഭാവവും മാറുകയായിരുന്നു.

സ്കൂളിൽ ബെല്ലടിക്കുന്നതിന് അരമണിക്കൂർ മുമ്പ് താന്നിക്കുന്നു കവലയിലെത്തുന്ന ബസ്സ് നേരെ കിഴക്കങ്ങാടിയിലേയ്ക്കു പോകും. അവിടെ നിന്ന് പടിഞ്ഞാറോട്ടു പോയി ജില്ലാതിർത്തിയിൽ ചെന്നു തിരിക്കും. കുറച്ചു നേരം കിഴക്കങ്ങാടിയിൽ നിർത്തിയിട്ടശേഷം വീണ്ടും താന്നിക്കുന്നിൽ വന്ന് തിരിഞ്ഞ് തോടങ്ങാടിയിലേയ്ക്കു മടങ്ങും.

സ്കൂളിലേക്കുള്ള കുറെ കുട്ടികളും ടീച്ചർമാരും ആദ്യത്തെ ട്രിപ്പിലുണ്ടാവും. ആദ്യത്തെ ദിവസം സ്കൂൾ ഒന്നായി താഴെ വന്നുനിൽപ്പായിരുന്നു. കയ്യടിച്ചും ആരവമുയർത്തിയും തടിച്ചുകൂടിയ നാട്ടുകാർ ബസ്സിനെ വരവേറ്റു. അവസാനത്തെ ട്രിപ്പിൽ തോടങ്ങാടി ഭാഗത്തേയ്ക്കുള്ളവർക്കു മടങ്ങാവുന്ന രീതിയിലാണ് സമയം ക്രമീകരിച്ചിരുന്നത്.

ലീല ഇടയ്ക്കിടെ ആശുപത്രിയിൽ പരിശോധനയ്ക്കു പോകുന്നുണ്ട്. ബസ്സുള്ളതുകൊണ്ട് യാത്ര എളുപ്പമായി. വീട്ടിൽ നിന്നിറങ്ങി പത്തടി നടന്നാൽ റോഡായല്ലോ. കയറാനും ഇറങ്ങാനും എവിടെ വേണമെങ്കിലും ബസ്സ് നിർത്തിക്കൊടുക്കും. പ്രത്യേകിച്ച് സ്ത്രീകൾക്കും കുട്ടികൾക്കും.

അമ്മയുടെ ചികിത്സാ കാര്യങ്ങളിൽ ഒരു വിട്ടുവീഴ്ചയ്ക്കും നാരായണൻകുട്ടി തയ്യാറായില്ല. ചിലപ്പോഴൊക്കെ ക്ലാസുകൾ നഷ്ടപ്പെട്ടെങ്കിലും അതൊന്നും കാര്യമാക്കിയില്ല. അക്കൊല്ലം മണികണ്ഠൻ പത്താംക്ലാസിലായിരുന്നതിനാൽ അവന്റെ ക്ലാസുകൾ നഷ്ടപ്പെടാതിരിക്കാനും ശ്രദ്ധിച്ചു. പഠനത്തിൽ ചേട്ടന്റെയത്ര മിടുക്കില്ലെങ്കിലും മണികണ്ഠനും മോശമായിരുന്നില്ല.

എനിക്കും ആ വർഷം മറക്കാനാവാത്തതാണ്. എന്റെ റിട്ടയർമെന്റ് വർഷമാണത്.

ഒരു നിമിഷം ഒഴിവില്ലാതെ വെപ്രാളപ്പെട്ടു നടക്കുകയാണ് നാരായണൻകുട്ടി. അതിനിടയിൽ ഷെൽറ്ററുമായി ബന്ധപ്പെട്ടും ചില

പ്രയാസങ്ങളുണ്ടായി. ദാസന് ചെയർമാനായി തുടരാൻ പറ്റാതെ വന്നു. ട്യൂഷൻ സെന്ററിന്റെ ചുമതല ദിനേശനെ ഏൽപ്പിച്ച് അയാൾ തമിഴ്നാട്ടിലേയ്ക്കു പോയി. കുടുംബത്തിന്റെ ചില ബിസിനസ്സുകൾ അവിടെയുള്ളത് നോക്കി നടത്താൻ വേറെ ആളില്ലാതെ വന്നു. ഒരു ട്യൂഷൻസെന്ററുമായി എത്രകാലം മുന്നോട്ടുപോകാൻ കഴിയുമെന്ന് എല്ലാവർക്കും അറിയാമല്ലോ.

സംഘടനയിലുള്ളവർക്ക് കൂടുതലൊന്നും ആലോചിക്കാനുണ്ടായിരുന്നില്ല. ചെയർമാനായി നാരായണൻകുട്ടിയെ തെരഞ്ഞെടുത്തു. ആ യോഗത്തിൽ കടുത്ത ഒരു തീരുമാനവും അവരെടുത്തു. ഒരു വർഷത്തിനുള്ളിൽ പത്തു കുടുംബങ്ങൾക്ക് വീടു വെച്ചു കൊടുക്കും.

താൻ തിരക്കുകളിലേയ്ക്ക് എടുത്തെറിയപ്പെടുകയാണെന്ന് നാരായണൻകുട്ടിക്കു മനസ്സിലായി.

***

റിട്ടയർമെന്റിന് വലിയ തോതിലുള്ള പരിപാടികളൊന്നും ആവശ്യമില്ലെന്ന് സഹപ്രവർത്തകരോട് ഞാൻ നേരത്തെ പറഞ്ഞിരുന്നു. ആ വർഷം ഞാൻ മാത്രമേ പിരിയുന്നുള്ളൂ. ഒരാളുടെ പേരിൽ വലിയ പണച്ചെലവുള്ള കാര്യങ്ങളൊന്നും ആലോചിക്കരുതെന്ന എന്റെ അഭ്യർത്ഥന സ്റ്റാഫ് യോഗം അംഗീകരിച്ചു.

പിരിയുന്നവർ എല്ലാ ജീവനക്കാർക്കുമായി ഉച്ചഭക്ഷണം നൽകുന്ന ചടങ്ങുണ്ടല്ലോ. തോടങ്ങാടിയിലെ ഏറ്റവും മുന്തിയ ഹോട്ടലിലേയ്ക്ക് എല്ലാവരെയും കൊണ്ടുപോകാറാണ് പതിവ്. അതിലും ഞാൻ മാറ്റം വരുത്തി. സ്കൂളിൽതന്നെ ആളെവെച്ച് സദ്യയൊരുക്കി. ജീവനക്കാർക്ക് പുറമെ ചുറ്റുവട്ടത്തുള്ള വേണ്ടപ്പെട്ടവരെയൊക്കെ സദ്യക്കു ക്ഷണിക്കുകയും ചെയ്തു. വായനശാല കേശവൻ, മൂസാപ്പാപ്പ, സ്കൂളിനോടു ചേർന്നുള്ള ചായക്കടയിലെ ജീവനക്കാർ, ഹോട്ടലുകാരൻ ബിച്ചു - അങ്ങനെ കുറച്ചു പേർ.

പത്താംക്ലാസിലെ പരീക്ഷയും കഴിഞ്ഞാണ് യാത്രയയപ്പു യോഗം നടന്നത്. ഒറ്റത്തടിയായ ഞാൻ ഇനിയെങ്ങനെ മുന്നോട്ടുപോകും എന്നതിലായിരുന്നു യോഗത്തിൽ സംസാരിച്ച എല്ലാവർക്കും ആശങ്ക. എന്റെ വായനാശീലത്തെക്കുറിച്ച് എല്ലാവർക്കുമറിയാം. വായന ഒന്നാന്തരം ഔഷധമാണെന്ന് ചിലരൊക്കെ എടുത്തുപറഞ്ഞു.

സ്കൂളടയ്ക്കുന്ന ദിവസം. അതുവരെയില്ലാത്ത ഒരു സങ്കടം അന്നെന്നെ പൊതിഞ്ഞു. പതിവിലും നേരത്തെ ഉണർന്നു. ഉണർന്നു എന്നു പറയുന്നതും ശരിയല്ല. ഉറങ്ങിയാലല്ലേ ഉണരുക. പൊറ്റെക്കാടിന്റെ ഒരു യാത്രാ പുസ്തകം വായിച്ചാണ് കിടന്നത്. കാഴ്ചകളെ ഒരു കണ്ണാടിയിലെന്നപോലെ ഇത്ര തെളിമയോടെ പകർത്തുന്നതെങ്ങനെയെന്ന വിസ്മയത്തോടെ ഉറങ്ങിപ്പോയി. ഇടയ്ക്കെപ്പോഴോ ഉണർന്നതും, ഒരുനാൾ കൂടിയല്ലേ ഇനി സ്കൂളിലേയ്ക്കുള്ളൂ എന്ന യാഥാർത്ഥ്യം മനസ്സിനെ മുക്കിക്കളഞ്ഞു. വല്ലാത്തൊരു ശ്വാസംമുട്ടൽ. കിടക്കാനാകുന്നില്ലെന്നായപ്പോൾ എണീറ്റിരുന്നു. ആകെ വിയർത്തിരിക്കുന്നു.

പുറത്ത് നല്ല നിലാവുണ്ട്. അകത്തും നല്ല വെളിച്ചം. കുറച്ചു വെള്ളം കുടിച്ചു. ഞാനെന്തൊരു മണ്ടനാണ്! സ്വയം ചോദിച്ചു. റിട്ടയർമെന്റ് ജീവിതത്തിലെ ഒരു ഭാഗമല്ലേ? എത്രപേർ ഇങ്ങനെ ജോലിയിൽ നിന്നു വിരമിച്ചിരിക്കുന്നു!

മനസ്സിനെ ശാന്തമാക്കി. വീണ്ടും കിടന്നു. എന്നാൽ ഉറക്കം അനുഗ്രഹിച്ചതേയില്ല.

രാവിലെ കുളിക്കാനുള്ള ഒരുക്കത്തിനിടയിലാണ്. മുറ്റത്ത് കാൽപ്പെരുമാറ്റം. നാരായണൻകുട്ടി സങ്കടത്താൽ പൊതിഞ്ഞ മുഖവുമായി നിൽക്കുന്നു. ലീലയ്ക്ക് വീണ്ടും അസുഖമായോ? അങ്ങനെ ചോദിക്കാനും വയ്യല്ലോ.

“മാഷേ, ഇന്ന് റിട്ടയർമെന്റല്ലേ?”

അകത്തു കടന്നുവന്ന് അവൻ ചോദിച്ചു. കുമാരൻ ജീവിച്ചിരുന്നെങ്കിൽ...... എന്തുകൊണ്ടെന്നറിയില്ല. അതാണ് അപ്പോൾ തോന്നിയത്. എന്നെക്കാൾ നാലു വയസ്സിന് ഇളയതായിരുന്നു കുമാരൻ.

“വൈകുന്നേരം മാഷമ്മാരെല്ലാം ഇങ്ങോട്ടു വരില്ലേ?”

എന്റെ മുഖത്തുനിന്നു കണ്ണെടുക്കാതെയാണ് അവന്റെ ചോദ്യം. ആരോടും മുഖത്തുനോക്കി മാത്രം സംസാരിക്കുന്ന രീതി അതിനകം അവൻ സ്വായത്തമാക്കിയിരുന്നു.

“സാധാരണ അതാണ് ചെയ്യാറ്...” എന്റെ വാക്കുകളിൽ സന്ദേഹമുണ്ടെന്ന് എനിക്കുതന്നെ അറിയാം. വാസ്തവത്തിൽ അക്കാര്യം ഞാനത്ര ഗൗനിച്ചിരുന്നില്ല. എന്തുകൊണ്ടെന്നറിയില്ല, സഹപ്രവർത്തകരാരും അതെപ്പറ്റി ഒന്നും പറഞ്ഞിട്ടുമില്ല. എന്റെ സ്ഥി

തി അറിയാവുന്നതുകൊണ്ടാവാം.

"വരുന്നവരൊക്കെ വരട്ടെ മാഷേ. മാഷ് തടസ്സം പറയണ്ട."

നാരായണൻകുട്ടി ചിരിച്ചുകൊണ്ടു പറഞ്ഞു. അവൻ എന്തോ ആസൂത്രണം ചെയ്തിട്ടുള്ള വരവാണെന്ന് എനിക്കു തോന്നി.

"ചെറിയ തോതിലുള്ള സൽക്കാരമൊക്കെ ഒരുക്കാമെന്ന് അമ്മ പറഞ്ഞു."

അതും പറഞ്ഞ് അവൻ പോകാനൊരുങ്ങി. ഞാൻ എതിർപ്പൊന്നും പ്രകടിപ്പിച്ചില്ല. ആദ്യമായാണ് കുറച്ചാളുകൾ ഒരുമിച്ച് വീട്ടിലെത്തുന്ന കാര്യം ചിന്തിക്കുന്നതു തന്നെ.

അന്ന് സ്കൂളിലേയ്ക്കു പുറപ്പെടുമ്പോഴും സ്കൂളിലിരിക്കുമ്പോഴുമെല്ലാം ഞാൻ ആലോചിച്ചത് ഒറ്റക്കാര്യമാണ്. ഇനി എന്തു ചെയ്യും? വലിയൊരു പറമ്പും പഴയതെങ്കിലും മോശമല്ലാത്തൊരു വീടുമുണ്ട്. ജോലിയിൽ നിന്നു പിരിയുമ്പോൾ നല്ലൊരു തുക സർക്കാരിൽ നിന്നു കിട്ടുകയും ചെയ്യും. ചിലരൊക്കെ ചോദിച്ചിരുന്നു, റിട്ടയർമെന്റ് ആനുകൂല്യങ്ങളെല്ലാം കൂടി എന്തു ചെയ്യുമെന്ന്. ഒരു ചിരിയോടെ, തമാശ കേട്ട മട്ടിൽ ഒഴിഞ്ഞുമാറുകയാണ് അപ്പോഴൊക്കെ ചെയ്തത്.

കാര്യമായി ഒന്നും ചെയ്യാനില്ലാതെ സ്കൂളിലിരിക്കുമ്പോൾ ആ ചോദ്യം പലവട്ടം ഞാൻ എന്നോടുതന്നെ ചോദിച്ചു. ഈ പണമൊക്കെ എന്തുചെയ്യും! പറയാൻ മാത്രം ബന്ധുക്കളും എനിക്കില്ല. അന്യനാട്ടിൽനിന്ന് ഇവിടെ കുടിയേറുകയും ചെറുപ്പത്തിൽതന്നെ മാതാപിതാക്കളെ നഷ്ടപ്പെട്ട് ഏകനായിപ്പോവുകയും ചെയ്ത ശാപജന്മം. അതാണു ഞാൻ. ജോലിയുണ്ടായതുകൊണ്ട് അല്ലലില്ലാതെ ജീവിച്ചു. കുറെ യാത്ര ചെയ്യുകയും ഏറെ വായിക്കുകയും ചെയ്തതുകൊണ്ട് വഴിതെറ്റിപ്പോയതുമില്ല. ആരോടും പ്രത്യേകിച്ച് കടപ്പാടില്ല. എന്നാലും നാട് ഏതെന്നു ചോദിച്ചാൽ താന്നിക്കുന്ന് എന്നുതന്നെയാണല്ലോ മറുപടി. ആ നാടിനുവേണ്ടി എന്തെങ്കിലും ചെയ്യാം എന്നൊരു തോന്നലുണ്ടായി. അപ്പോൾ നാരായണൻകുട്ടി മനസ്സിൽവന്നു.

ഒരു വർഷത്തിനകം പത്തു വീടുകളുണ്ടാക്കാനാണ് അവരുടെ തീരുമാനം. പത്തു കുടുംബങ്ങൾക്ക് അതോടെ തണലായി. ഇരുപതു വയസ്സായിട്ടില്ല നാരായണൻകുട്ടിക്ക്. അവന്റെ നേതൃത്വത്തിലാണ് മറ്റൊരു കൂട്ടായ്മയും ഏറ്റെടുക്കാൻ ധൈര്യപ്പെടാത്ത ദൗത്യം

അവർ തുടങ്ങിവെയ്ക്കുന്നത്. അവരെ സഹായിക്കാൻ കുറച്ചു പണം മാറ്റിവെച്ചാലെന്താണ്? പാഴായിപ്പോകില്ലെന്ന് ഉറപ്പ്. അതിൽ വെട്ടിപ്പുനടത്താനും ആർക്കും കഴിയില്ല.

"നടക്കാവുന്ന ദൂരമല്ലേയുള്ളൂ. ഞങ്ങളെല്ലാവരും മാഷിന്റെ കൂടെ വരുന്നുണ്ട്."

വത്സാമ്മ ടീച്ചറുടെ നേതൃത്വത്തിൽ എല്ലാവരും കൂടി അടുത്തു വന്നു. ഞാൻ സമ്മതഭാവത്തിൽ ചിരിക്കുക മാത്രം ചെയ്തു.

"കുറച്ചു പഞ്ചസാരയും ചെറുനാരങ്ങയും വാങ്ങാം. നാരങ്ങാവെള്ളമുണ്ടാക്കി കുടിച്ച് ഞങ്ങൾക്ക് മടങ്ങാമല്ലോ." ജയന്തി ടീച്ചർ കുസൃതി പറഞ്ഞു.

"അതൊന്നും വേണ്ടിവരില്ല. ഇന്ന് നമ്മളെ സൽക്കരിക്കാനുള്ള വിഭവങ്ങളൊക്കെ മാഷുതന്നെ കരുതിയിട്ടുണ്ടാവും."

ലാസർ മാഷ് വിളിച്ചു പറഞ്ഞു: "മാഷ് നല്ലൊരു നളനാണ്."

അതൊരു കൂട്ടച്ചിരിക്കു കാരണമായി. ഒരു ദിവസം ഉച്ചഭക്ഷണത്തിന് ലാസർമാഷ് വീട്ടിൽ വന്നതു സത്യമാണ്. ഞാനുണ്ടാക്കിയ അവിയലും മോരുകറിയും അസ്സലായെന്ന് കുറെകാലം പറഞ്ഞു നടക്കുകയും ചെയ്തിട്ടുണ്ട്.

പറഞ്ഞതുപോലെ വൈകുന്നേരം എല്ലാവരും എന്റെ കൂടെ ഇറങ്ങി. താഴെ നിരത്തിലെത്തുമ്പോൾ മൂസാപ്പാപ്പ കടയിൽ നിന്നിറങ്ങിവന്നു. എന്റെ രണ്ടുകൈകളും ചേർത്ത് പിടിച്ച് കണ്ണുകളിലേയ്ക്ക് നോക്കി പറഞ്ഞു: പിരിഞ്ഞൂന്ന് കരുതി പൊരേത്തന്നെ ഇരിക്കരുത്. ഇങ്ങോട്ടൊക്കെ എറങ്ങണം.

ഞാൻ സമ്മതിച്ചു. ബിച്ചു ഹോട്ടലിനു പുറത്തിറങ്ങിനിൽക്കുന്നു. ഞാൻ കൈവീശിക്കാണിച്ചു. വായനശാലയ്ക്കു മുമ്പിൽ ചെറിയൊരാൾക്കൂട്ടം. പത്രവായനക്കാർ കേശവന്റെ നേതൃത്വത്തിൽ മുറ്റത്തിറങ്ങി നിൽക്കുകയാണ്. കൈവീശി എല്ലാവരോടും യാത്ര പറഞ്ഞു. ദൂരെ എങ്ങും പോകുന്നില്ലെങ്കിലും ഈ യാത്ര ഒന്നു വേറെ തന്നെയാണല്ലോ. ടീക്കെമാഷ് ഇനി സ്കൂളിലേയ്ക്ക് ആ പേരിൽ കയറിപ്പോകില്ലല്ലോ.

പുതിയ നിരത്തിലൂടെ ചെറിയൊരു ജാഥയായി ഞങ്ങൾ നടന്നു. ബസ്സിന്റെ അവസാന ട്രിപ്പ് കിഴക്കങ്ങാടിയിൽ നിന്നു ഞങ്ങൾക്കെതിരെ വന്നു. യാത്രക്കാർ തലപുറത്തേയ്ക്കിട്ട് ഇതെന്ത് എന്ന മട്ടിൽ നോക്കി. കാര്യം പിടികിട്ടിയ ചില പരിചയക്കാർ കൈവീ

ശിക്കാണിച്ചു.

വരമ്പത്തേയ്ക്കു തിരിയുമ്പോൾ കണ്ടു നാരായണൻകുട്ടിയും മണികണ്ഠനും മുറ്റത്തുണ്ട്. പരീക്ഷ കഴിഞ്ഞതോടെ ആശ്വാസത്തിലാണ് മണികണ്ഠൻ. നാരായണൻകുട്ടിയോടുള്ള പഴയ ഗുരുനാഥന്മാരുടെ പെരുമാറ്റം ഞാൻ പ്രത്യേകം ശ്രദ്ധിച്ചു. പഴയ ശിഷ്യനോടുള്ള വാത്സല്യമല്ല, പേരുകേട്ട ഒരാളോടുള്ള ബഹുമാനമാണ് അതിൽ തെളിഞ്ഞുനിന്നത്.

ലീലയും വന്നുചേർന്നു. ചായയും പലഹാരങ്ങളുമെല്ലാം തയ്യാറായിക്കഴിഞ്ഞിരുന്നു. കുറച്ചു കസാലകളും വീട്ടിൽ നിന്ന് അവർ എത്തിച്ചിട്ടുണ്ട്. ആവശ്യത്തിന് പാത്രങ്ങളും ഗ്ലാസുകളുമൊക്കെ കരുതിയിട്ടുണ്ട്.

ചടങ്ങുകൾ കഴിഞ്ഞ് എല്ലാവരും മുറ്റത്തിറങ്ങി. എന്നെ തനിച്ചാക്കി യാത്ര പറയുന്നതിലുള്ള വിഷമം എല്ലാ മുഖങ്ങളിൽ നിന്നും വായിച്ചെടുക്കാം. ഒന്നും രണ്ടും പറഞ്ഞ് മുറ്റത്ത് കൂടി നിൽക്കെ ശബ്ദമുയർത്തി ഞാൻ പറഞ്ഞു:

"എനിക്കു കിട്ടുന്ന പണം എന്തു ചെയ്യണമെന്ന് നിങ്ങളൊക്കെ ചോദിച്ചിരുന്നല്ലോ. അതിൽ ഞാനൊരു തീരുമാനമെടുത്തു."

എല്ലാവരും പൊടുന്നനെ മൗനം പൂണ്ടു. ആകാംക്ഷയോടെ എന്നെ നോക്കി.

"ഈ നാരായണൻകുട്ടിയുടെ നേതൃത്വത്തിലുള്ള ഷെൽറ്റർ ഇക്കൊല്ലം പത്തു വീടുകളാണ് നിർമ്മിക്കുന്നത്. അതിൽ ഒരു വീട് എന്റെ വകയാണ്."

ആഹ്ലാദത്തിന്റെ ആരവം മുഴങ്ങി. പലരും ഉച്ചത്തിൽ കയ്യടിച്ചു. ലാസർമാഷ് ഒരു കുതിപ്പിന് എന്റെയടുത്തെത്തി ഇടതുകൈകൊണ്ട് എന്നെ ചേർത്തുപിടിച്ചിട്ട് പറഞ്ഞു:

"നന്നായി മാഷേ. നല്ല തീരുമാനം. ഇത് എല്ലാവർക്കും പ്രചോദനമാകും."

ഞാൻ തിരിഞ്ഞ് നാരായണൻകുട്ടിയെ നോക്കി. അവന്റെ കണ്ണുകളിൽ വല്ലാത്ത തിളക്കം. സന്തോഷത്തിന്റെ തിളക്കം.

***

മണികണ്ഠൻ നല്ല നിലയിൽ പത്താംക്ലാസു ജയിച്ചു. ചേട്ടന്റെ കോളേജിൽ തന്നെ പ്രീഡിഗ്രിക്കു ചേരുകയും ചെയ്തു. ആദ്യത്തെ ദിവസം ഇരുവരും അതിരാവിലെ വീട്ടിൽ നിന്നിറങ്ങി. നാ

രായണൻകുട്ടിക്ക് ട്യൂഷൻ സെന്ററിൽ പോയല്ലേ പറ്റൂ. അവൻ ക്ലാസെടുത്തു കഴിയുന്നതുവരെ അനുജൻ ഓഫീസ് മുറിയിൽ കാത്തിരുന്നു. പിന്നെ ഒരുമിച്ച് കോളേജിലേക്കു നടന്നു. വൈകീട്ടും അങ്ങനെ കാത്തിരിക്കാൻ മണികണ്ഠൻ തയ്യാറില്ല. നേരെ കടവു കടന്നു പോന്നു. നാരായണൻകുട്ടി പതിവുപോലെ ട്യൂഷനും കഴിഞ്ഞ് ഇരുട്ടിനോടൊപ്പമാണ് വീട്ടിലെത്തിയത്.

അടുത്ത ദിവസം മുതൽ നാരായണൻകുട്ടി അതിരാവിലെ പോകും. മണികണ്ഠൻ സാവകാശത്തിൽ കോളേജിലെത്തേണ്ട സമയം കണക്കാക്കി പുറപ്പെടും. താന്നിക്കുന്നിൽ നിന്ന് കുറെയേറെ കുട്ടികൾ അവന്റെ കൂടെ പോകാനുണ്ട്. തോടങ്ങാടി ഭാഗത്തുനിന്നും കിഴക്കങ്ങാടി ഭാഗത്തുനിന്നും ബസ്സിൽ വന്നിറങ്ങുന്ന ചിലരുമുണ്ട്. എല്ലാവരും താന്നിക്കുന്നങ്ങാടിയിൽ ഒരുമിച്ചു ചേർന്ന് കൂട്ടമായി കളിയും വർത്തമാനവുമായി നടപ്പു തുടങ്ങും. വൈകീട്ടുള്ള മടക്കവും ഏതാണ്ടങ്ങനെതന്നെ.

അതു നന്നായെന്ന് നാരായണൻകുട്ടിക്കും തോന്നി. ചില ദിവസങ്ങളിൽ അവനു കോളേജിലെത്താൻ കഴിയാറില്ല. അക്കാര്യം മണികണ്ഠൻ അറിയാതിരിക്കുന്നതാണ് നല്ലത്.

പത്തുവീടുകളാണ് പണി തീർക്കേണ്ടത്. അതും പലപലയിടങ്ങളിൽ. ഷെൽറ്ററിന്റെ പത്തുവീടു പദ്ധതിയെപ്പറ്റി കേട്ടറിഞ്ഞ് ഒട്ടേറെ അപേക്ഷകൾ കിട്ടുകയുണ്ടായി. സംഘടനയുടെ ഭാരവാഹികൾ സ്ഥലം സന്ദർശിച്ച് അർഹരായവരെ തെരഞ്ഞെടുക്കുകയായിരുന്നു. അതിന്റെ നേതൃത്വവും നാരായണൻകുട്ടിക്കായിരുന്നു.

വീടു വേണ്ടവരെ കണ്ടെത്താൻ നടത്തിയ ആ യാത്രയെക്കുറിച്ച് അവൻ വിശദമായി എന്നോടു പറയുകയുണ്ടായി. അക്കാലത്തൊക്കെ ഇടയ്ക്കിടെ അവൻ വീട്ടിൽ വരുമായിരുന്നു. മിക്കവാറും രാത്രിയിൽ. ചെയ്തുകൊണ്ടിരിക്കുന്ന കാര്യങ്ങൾ അവതരിപ്പിക്കും. ഇനി ചെയ്യാനുള്ളതും പറയും. എന്റെ നിർദ്ദേശങ്ങൾ കിട്ടാനാണ് അങ്ങനെ വരുന്നതെന്ന് വ്യക്തമായിരുന്നു. ഞാനാണെങ്കിൽ അവന്റെ ഗുരുനാഥനെങ്കിലും, ഇക്കാര്യത്തിൽ ഒരു പരിചയവും ധാരണയുമില്ലാത്തയാളും. എന്നാലും പ്രായം തരുന്ന ചില തിരിച്ചറിവുകളുണ്ടല്ലോ. അതിന്റെ ബലത്തിൽ ചിലതൊക്കെ പറയും.

"വീട് ഒരു സ്വപ്നമായി കൊണ്ടുനടക്കുന്ന ഇത്രയധികം ആളുകളുണ്ടെന്നു പറഞ്ഞാൽ ആരും വിശ്വസിക്കില്ല മാഷേ." അവൻ പ

റഞ്ഞു.

പല തരക്കാരാണത്രേ. ചിലർക്ക് വീടോ സ്ഥലമോ ഒന്നുമില്ല. തികച്ചും അഭയാർത്ഥികൾ. മറ്റു ചിലർക്ക് സ്ഥലമുണ്ട് വീടില്ല. വീടുണ്ടാക്കാൻ വഴിയുമില്ല. നിവൃത്തിയില്ലായ്മകൊണ്ട് ബന്ധുക്കളുടെ കൂടെ താമസിക്കുന്നവരുമുണ്ട്. അങ്ങേയറ്റം അപമാനിതരായി കഴിയുന്ന ഇവരുടെ കാര്യമാണ് ഏറെ കഷ്ടം. സ്ത്രീകളോ പെൺകുട്ടികളോ ആണ് മറ്റുള്ളവരുടെ കൂടെ ഇങ്ങനെ കഴിയുന്നത്.

ഇടിഞ്ഞുവീഴാറായ വീടുകളും ധാരാളമുണ്ട്. നന്നാക്കാൻ ഒരു നിവൃത്തിയുമില്ലാത്തവർ. ഭയത്തോടെയാണ് അവർ കഴിയുന്നത്. കെട്ടിമേയാൻ പറ്റാത്തതുകൊണ്ട് ചോർന്നൊലിച്ചു നാശമായ വീടുകളുമുണ്ട്. ഇതെല്ലാം നേരെ മുമ്പിൽ കാണുന്നപോലെ നാരായണൻകുട്ടി വിസ്തരിച്ചു പറയും.

“പത്തെന്നൊക്കെ പറഞ്ഞാൽ ചെറിയ നമ്പറാണ്.” അവൻ അഭിപ്രായപ്പെട്ടു.

“നമ്മുടെ പ്രാപ്തികൂടി നോക്കണ്ടേ? ഇതുതന്നെ പൂർത്തിയായിക്കിട്ടിയാൽ ഭാഗ്യം.”

അപ്പോൾ എനിക്കൊരാശയം തോന്നി. ഒരു പരിധിയും നിശ്ചയിക്കാതെ ആവശ്യക്കാരെ തിരക്കിപ്പോയാൽ പ്രയാസമാകുമല്ലോ. അതുകൊണ്ട് നമ്മുടെ പഞ്ചായത്തു പരിധിക്കുള്ളിലുള്ളവരുടെ കാര്യം പരിഗണിച്ചാൽ പോരേ എന്നു ഞാൻ ചോദിച്ചു.

കുറച്ചുനേരം ഒന്നും പറയാതെ അവൻ എന്റെ മുഖത്തേയ്ക്കു നോക്കിയിരുന്നു. പിന്നെ ശാന്തനായി ചോദിച്ചു.

“താന്നിപ്പുഴയല്ലേ നമ്മുടെ പഞ്ചായത്തിന്റെ അതിർത്തി. അക്കരെയുള്ളവരാണ് ഷെൽറ്ററിൽ കൂടുതലും. അവരെ മാറ്റിനിർത്താൻ പറ്റുമോ?”

“അതു പറ്റില്ല. മാത്രവുമല്ല ഒരു വരമ്പോ ഇടവഴിയോ ഒക്കെയാവും പഞ്ചായത്തിന്റെ അതിർത്തി. അതിനപ്പുറമുള്ളവരെ എന്തു പറഞ്ഞു മാറ്റിനിർത്തും?”

“ആവശ്യക്കാരെ അങ്ങനെ അതിർത്തി പറഞ്ഞൊന്നും മാറ്റിനിർത്തിക്കൂടാ മാഷേ. ചിലപ്പോൾ അപ്പുറമുള്ളവരാകും അത്യാവശ്യക്കാർ.”

ഒരു തീരുമാനം പോലെ നാരായണൻകുട്ടി പറഞ്ഞു. ഇത്ര ചെറുപ്പത്തിൽതന്നെ ഇവനെങ്ങനെ ഇങ്ങനെയൊക്കെ പക്വതയോടെ

ചിന്തിക്കാനും പ്രവർത്തിക്കാനും കഴിയുന്നു? അതിശയത്തോടെ ഞാൻ ആലോചിച്ചു.

ഇത്രയും വീടുകൾക്ക് സാമ്പത്തികം കണ്ടെത്തുന്നതെങ്ങനെയെന്നും, സത്യത്തിൽ എനിക്കു മനസ്സിലാകാത്ത കാര്യമാണ്. ഒരു ദിവസം ഞാനതു നേരെ ചോദിച്ചു.

"അതത്ര പ്രയാസമുള്ള കാര്യമല്ല."

നാരായണൻകുട്ടി പറഞ്ഞു. ഒന്നു നിശ്വസിച്ചിട്ട് അതിന്റെ പിറകിലെ ചില രഹസ്യങ്ങളും അവൻ വെളിപ്പെടുത്തി.

ഇപ്പോൾ ജോലിചെയ്യാൻ നല്ലൊരു ടീം അയാൾക്കുണ്ട്. പലരും കൽപ്പണിക്കാർ തന്നെയാണ്. ആഴ്ചയിൽ ഒന്നോ രണ്ടോ ദിവസം ഷെൽറ്ററിനുവേണ്ടി സൗജന്യമായി സേവനം ചെയ്യും. ബാക്കി ദിവസങ്ങളിൽ സാധാരണപോലെ കൂലിപ്പണിക്കുപോകും. അതുകൊണ്ട് ആർക്കും സാമ്പത്തിക പ്രശ്നങ്ങളില്ല. മാനസികമായ വലിയ ഉത്തേജനം കിട്ടുന്നുമുണ്ട്. അറിയാവുന്ന പണി സേവനത്തിന്റെ ഭാഗമായി ചെയ്യുന്നതിൽ ആത്മസംതൃപ്തി കണ്ടെത്താൻ അവരൊക്കെ ശീലിച്ചിരിക്കുന്നു.

നിർമ്മാണവസ്തുക്കൾ എത്തിക്കാൻ ഇതേ മട്ടിൽ സഹായിക്കുന്ന വാഹന ഉടമകളുണ്ട്. കല്ല്, മണൽ, സിമന്റ് എന്നിവയൊക്കെ പലയിടങ്ങളിൽനിന്നായി ശേഖരിക്കുകയാണ്. സേവനപ്രവർത്തനത്തിന്റെ ഭാഗമാകാൻ തയ്യാറുള്ള ഒട്ടേറെ വ്യാപാരികളും വ്യവസായികളും നാട്ടിലുണ്ടെന്നാണ് നാരായണൻകുട്ടി പറയുന്നത്. നാം അവരെ സമീപിച്ചാൽ മാത്രം മതി. ചിലർ ലാഭം വേണ്ടെന്നു വെച്ച് സാമഗ്രികൾ നൽകാൻ തയ്യാറാണ്.

"ഇത്രയുമാളുകളെ പോയി കാണാനും വീണ്ടും വീണ്ടും ഓർമ്മപ്പെടുത്താനുമൊക്കെ..."

"അതിനൊക്കെ ഞങ്ങൾക്ക് കൃത്യമായ സംവിധാനമുണ്ട്." അൽപം ആവേശത്തോടെ അവൻ പറഞ്ഞു.

സേവന സന്നദ്ധരായ അമ്പതു പേരുടെ കൂട്ടായ്മയാണിപ്പോൾ ഷെൽറ്റർ. ചെയ്യാവുന്ന ജോലി, സൗജന്യമായി ജോലി ചെയ്യാവുന്ന ദിവസങ്ങൾ - ഇതിന്റെയൊക്കെ അടിസ്ഥാനത്തിൽ വിവിധ ഗ്രൂപ്പുകൾ രൂപീകരിച്ചിട്ടുണ്ട്. സാമഗ്രികൾ സംഘടിപ്പിക്കാൻ മാത്രമായി ഏതാനും പേരുണ്ട്. അതൊക്കെ സൈറ്റിൽ എത്തിക്കാൻ വേറെ ചിലരുണ്ട്. സാമ്പത്തിക സഹായം കണ്ടെത്താനും ചിലരു

ണ്ട്.

"ഞങ്ങളാരും ലാഭമോ പ്രശസ്തിയോ ആഗ്രഹിക്കുന്നില്ല മാഷേ." ഒടുക്കം അവൻ പറഞ്ഞു. "അതുകൊണ്ട് ഞങ്ങൾക്കിടയിൽ പ്രശ്നങ്ങളില്ല. ഓരോ ദിവസവും ആവേശം കൂടുകയല്ലാതെ ഒരാളും പിന്മാറുന്നില്ല."

ഞാൻ വിസ്മയത്തോടെ എല്ലാം കേട്ടിരുന്നു.

"പിന്നെ മാഷെപ്പോലെ ഉദാരമായി സഹായിക്കുന്നവരുമുണ്ട്. അവരും പ്രശസ്തി ആഗ്രഹിച്ചല്ല അങ്ങനെ ചെയ്യുന്നത്."

പിരിയാൻ നേരം നാരാണൻകുട്ടി പറഞ്ഞു.

ഞാൻ കൊടുക്കാമെന്നേറ്റ പണം ഏതാനും വീടുകളുടെ പണി പൂർത്തിയായതിനു ശേഷമാണ് അവർ വാങ്ങിയത്. ഒരു വീടിനുള്ള പണം എന്ന രീതിയിലല്ല, മറിച്ച് മൊത്തം ചെലവിലേയ്ക്കുള്ള എന്റെ സംഭാവന എന്ന നിലയിലാണ് പണം കൈപ്പറ്റുന്നതെന്ന് വീട്ടിൽ വന്ന ഭാരവാഹികൾ പറഞ്ഞിരുന്നു. എല്ലാ വീടുകൾക്കും ഒരേ തുകയല്ല ചെലവാകുന്നത്. സാമഗ്രികളുടെ ലഭ്യതയനുസരിച്ച് ഏറ്റക്കുറച്ചിലുണ്ടാവും.

പത്തുവീടു പദ്ധതി പൂർത്തിയാകുമ്പോൾ ഷെൽറ്റർ പാവങ്ങൾക്കായി പണിതുകൊടുത്ത ആകെ വീടുകളുടെ എണ്ണം പതിനെട്ടായി. നാരായണൻകുട്ടിയുടെ ബിരുദപഠനവും അവസാനിക്കുകയായിരുന്നു.

ഭദ്രം

മനുഷ്യജീവിതം എപ്പോൾ എങ്ങനെ മാറിമറിയുമെന്ന് ഒരു നിശ്ചയവുമില്ല. ഇന്നലത്തെ ജീവിതമാകണമെന്നില്ല ഇന്നത്തെ ജീവിതം. നാളെ അതു വീണ്ടും വഴിമാറിയെന്നു വരും. ഈ അനിശ്ചിതത്വമാണ് ജീവിതത്തിന്റെ രസം എന്നു പറയുന്നവരുണ്ടാകും. എന്നാൽ സാധാരണ മനുഷ്യനെ തകർത്തുകളയാനും അതു കാരണമാകും.

"ഞാൻ ഇതിൽ ഏതു വിഭാഗത്തിൽപ്പെടും?"

നഗരത്തിലേക്കുള്ള യാത്രയിലുടനീളം ഇതായിരുന്നു എന്റെ ചിന്ത. എന്റെ കൂടെ നാരായണൻകുട്ടിയുമുണ്ട്. രണ്ടു സീറ്റ് മുമ്പിൽ പുറത്തെ കാഴ്ചകളിൽ ലയിച്ച് അവനിരിക്കുന്നു. ഒരുപക്ഷേ എന്റെ വഴിക്കുതന്നെയാകും അവന്റെയും ചിന്ത.

രണ്ടുദിവസം മുമ്പ് പതിവുപോലെ രാത്രിയാണ് അവൻ വീട്ടിൽ വന്നത്. പഴയ നാരായണൻകുട്ടിയേ അല്ല ഇപ്പോൾ. മുഖം ഇരുണ്ടിരിക്കുന്നു. നന്നായി മെലിഞ്ഞിട്ടുമുണ്ട്. ഇരുത്തം വന്ന ഒരാളിന്റെ സർവലക്ഷണങ്ങളുമുണ്ട്. ഷെൽറ്റർ നാരായണൻകുട്ടി യെന്നാണ് അറിയപ്പെടുന്നത്. ദാസൻ പൂർണമായും പിൻവാങ്ങിയതോടെ ഇപ്പോൾ സംഘടനയുടെ മുഖം അവനാണ്. നാട്ടുകാരും അത് അംഗീകരിക്കുന്നു എന്നതിന്റെ തെളിവാണ് അവന്റെ പുതിയ വിളിപ്പേര്.

തീർത്തും പുതിയ ഒരാവശ്യവുമായാണ് ഇത്തവണ അവൻ വന്നത്. ഒരു രക്ഷാകർത്താവിന്റെ സ്ഥാനമാണ് അവനെനിക്കു കൽപിക്കുന്നതെന്ന് നേരത്തെ തന്നെ തോന്നിയിരുന്നു. എല്ലാ കാര്യത്തിലും അഭിപ്രായം ചോദിക്കും. എന്റെ നിർദ്ദേശങ്ങൾ ഗൗരവത്തോടെ പരിഗണിക്കും.

"എനിക്കൊരു ജോലി ശരിയായിരിക്കുന്നു മാഷേ..."

ഉമ്മറത്തു കയറിയിരുന്നപാടെ അവൻ പറഞ്ഞു. ഏറെ സന്തോ

ഷത്തിലാണ് കക്ഷിയെന്ന് എനിക്കു മനസ്സിലായി. എനിക്കും ആ ഹ്ലാദം മറച്ചുവെയ്ക്കാനായില്ല. എവിടെ എന്ന് ഉറക്കെയാണ് ഞാൻ ചോദിച്ചത്. ഞാൻ പഠിപ്പിച്ച കുട്ടിയല്ലേ? അയൽക്കാരൻ. കുമാര ന്റെ മകൻ. അവൻ രക്ഷപ്പെടുന്നതിലെ സന്തോഷം മറച്ചുവെയ്ക്കാനാവുമോ?

നഗരത്തിലെ പ്രശസ്തമായ ഒരു നിർമ്മാണ കമ്പനി തോട ങ്ങാടിയിൽ പുതിയ ശാഖ തുടങ്ങുന്നു. അതിന്റെ ചുമതലക്കാര നായി നാരായണൻകുട്ടിയെയാണ് അവർ കണ്ടെത്തിയത്.

തുടർന്ന് പഠിക്കണമെന്ന് ആഗ്രഹമുണ്ടെങ്കിലും അടിയന്തിരമായി വേണ്ടത് ഒരു ജോലിയാണെന്ന് അവൻ സുഹൃത്തുക്കളോടു പറഞ്ഞിരുന്നു. അമ്മയ്ക്ക് പഴയതുപോലെ ജോലിയെടുക്കാൻ വയ്യ. അനുജൻ പഠിക്കുകയാണ്. ട്യൂഷൻ സെന്ററിൽ നിന്നുള്ള വരുമാനത്തെ മാത്രം ആശ്രയിച്ച് മുന്നോട്ടു പോകാനാവില്ല.

പറയുന്നതു ശരിയാണെന്ന് സുഹൃത്തുക്കൾക്കും തോന്നി. അവർ പലവഴിക്കും അന്വേഷിച്ചു. അക്കൂട്ടത്തിൽ ഒരാളുടെ ബന്ധു ഇപ്പറഞ്ഞ നിർമ്മാണകമ്പനിയിലെ മാനേജരാണ്. അനുദിനം വികസിച്ചുവരുന്ന തോടങ്ങാടിയിൽ അവർ പുതിയ ശാഖ തുടങ്ങാൻ തീരുമാനിച്ചിരിക്കുമ്പോഴാണ് ഇങ്ങനെയൊരാളെക്കുറിച്ചറിയുന്നത്. ഷെൽറ്ററിനെക്കുറിച്ച് കമ്പനി നേരത്തെ അറിഞ്ഞിട്ടുണ്ട്. വീടുനിർമ്മാണമാണല്ലോ അവരുടെയും മേഖല.

“തിങ്കളാഴ്ച രാവിലെ അവരുടെ ഓഫീസിൽ ചെല്ലാൻ പറഞ്ഞിട്ടുണ്ട്.”

എന്റെ കണ്ണുകളിലേയ്ക്കു നോക്കി നാരായണൻകുട്ടി പറഞ്ഞു.

“അഭിമുഖത്തിനെന്നാണ് അറിയിച്ചത്. കാര്യങ്ങളൊക്കെ സംസാരിക്കാനായിരിക്കും.”

“തീർച്ചയായും പോകണം.” ഉടനെ ഞാൻ പറഞ്ഞു, “ഈയവസരത്തിൽ നിനക്കൊരു ജോലി അത്യാവശ്യമാണ്. പഠനം പ്രൈവറ്റായും തുടരാമല്ലോ.”

പെട്ടെന്ന് അവൻ തല കുനിച്ചു. എന്തോ ആലോചനയിൽ മുഴുകിയപോലെ ഇരുന്നു. ജോലിയിൽ ചേരാൻ സത്യത്തിൽ അവന് താൽപര്യമില്ലേ എന്നെനിക്ക് സംശയമായി. പഠനത്തിൽ മിടുക്കു തെളിയിച്ചവനാണ്. സാഹചര്യമുണ്ടായിരുന്നെങ്കിൽ പഠിച്ചു തന്നെ നല്ലൊരു ജോലി നേടാൻ പ്രയാസമില്ല. എന്തു ചെയ്യാം? അവന്റെ ചുമലിൽ ചെറുതെങ്കിലും ഒരു കുടുംബത്തിന്റെ മുഴുവൻ ഭാരവുമു

ണ്ടല്ലോ.

"എന്താ ഓർക്കുന്നത്?" നിമിഷങ്ങൾ കഴിഞ്ഞിട്ടും അവൻ മുഖമുയർത്താതിരിക്കുന്നത് കണ്ടപ്പോൾ ഞാൻ ചോദിച്ചു.

"അത്, മാഷേ..." ആ മുഖം പെട്ടെന്ന് ദു:ഖാർദ്രമായിരിക്കുന്നു.

"തനിച്ചു പോയാൽ പോരെന്നൊരു തോന്നൽ. മാഷു കൂടി.."

ഞാൻ ചിരിച്ചുപോയി. ഇതിനാണോ ഇവനിത്ര ആലോചിച്ചത്.

"അതിനെന്താ മോനേ? ഞാൻ വരാം..." ശബ്ദമുയർത്തി ഞാൻ പറഞ്ഞു.

"നിന്റെ കൂടെ ടൗണിൽ വരാൻ എനിക്കെന്തു പ്രയാസം? ഒന്നു പുറത്തിറങ്ങാൻ അവസരം നോക്കിയിരിക്കയല്ലേ ഞാൻ?"

എന്റെ ചിരിയിൽ അവനും പങ്കാളിയായി.

ആ യാത്രയിലാണ് ഞങ്ങളിപ്പോൾ. നഗരത്തിൽ വന്നിട്ട് വർഷങ്ങളായി. ഒരുവിധം കാര്യങ്ങളൊക്കെ തോടങ്ങാടിയിലെത്തിയാൽ സാധിക്കും. ഒന്നു രണ്ടു മണിക്കൂർ ബസ്സിൽ ഒറ്റയിരിപ്പിരിക്കുക പ്രയാസവുമാണ്. അതിനു തുനിയാറില്ല.

പുതിയ ബസ് ടെർമിനലിനടുത്തുതന്നെയാണ് ഭദ്രം കൺസ്ട്രക്ഷൻ കമ്പനിയുടെ ഓഫീസ്. ഒരു കെട്ടിടത്തിന്റെ രണ്ടാം നിലയിൽ വിശാലമായ ഹാളിനെ വ്യത്യസ്ത മുറികളായി ഭാഗിച്ചിരിക്കുന്നു. ജനറൽ മാനേജരുടെ സാമാന്യം വലുപ്പമുള്ള ഹാളിൽ ഞങ്ങളിരുന്നു. വേറെയും മൂന്നാലുപേർ അവിടെയുണ്ട്. മെച്ചപ്പെട്ട സ്ഥാപനമാണെന്ന് അവരുടെ മട്ടും ഭാവവും കണ്ടാൽതന്നെ അറിയാം.

നാരായണൻകുട്ടിയെക്കുറിച്ച് അവർ വിശദമായി അന്വേഷിച്ചിരിക്കുന്നു. അവന്റെ പ്രസ്ഥാനത്തിനെപ്പറ്റിയും നന്നായറിയാം. കൂടെ വന്നത് ഗുരുനാഥനാണെന്നു കേട്ടപ്പോൾ അവരുടെ കണ്ണുകളിൽ അവിശ്വസനീയതയുടെ തള്ളിച്ച കണ്ടു. ഒരുപക്ഷേ, ആദ്യമായിട്ടാകാം ഗുരുനാഥനെ കൂടെ കൂട്ടി ഒരാൾ അവിടെ അഭിമുഖത്തിനു വരുന്നത്.

തോടങ്ങാടിയിലെ സാധ്യതകളെക്കുറിച്ചാണ് കാര്യമായും അവർക്ക് അറിയേണ്ടിയിരുന്നത്. ചുറ്റുവട്ടത്തുമുള്ളു അഞ്ചെട്ടു പഞ്ചായത്തുകളുടെ വ്യാപാരകേന്ദ്രമാണ് തോടങ്ങാടി. ഒട്ടേറെ പുതിയ വ്യവസായ സംരംഭങ്ങളും അവിടെയുണ്ട്. കമ്പനിയുടെ ഭാവിയെക്കുറിച്ചാണ് അവർ ചർച്ചചെയ്തത്.

"വെൽ... അപ്പോൾ മാഷിന്റെ ശിഷ്യനെ അവിടത്തെ ചുമതല ഏൽപ്പിക്കുകയാണ്." ഒടുക്കം ജനറൽ മാനേജർ എന്നെ നോക്കി പ്പറഞ്ഞു.

"ടെക്നിക്കൽ സപ്പോർട്ടിന് വേറെ ആളുകളുണ്ടാകും. കാര്യ ങ്ങൾ നാരായണൻകുട്ടി മാനേജ് ചെയ്യണം."

വൈകാതെ ഞങ്ങൾ ഇറങ്ങി. തോടങ്ങാടിയിൽ ഭദ്രം കമ്പനി ക്ക് ഓഫീസ് വാടകയ്ക്കെടുത്തിട്ടേയുള്ളൂ. മറ്റു സൗകര്യങ്ങളായി ട്ടില്ല. അതിനാൽ ഒരാഴ്ച കഴിഞ്ഞിട്ട് ചാർജെടുത്താൽ മതി.

ഉച്ചഭക്ഷണം കഴിച്ച് ഞങ്ങൾ നേരെ താന്നിക്കുന്നിലേയ്ക്കു മടങ്ങി.

"അപ്പോൾ ഇനി എങ്ങനെയാണ് കാര്യങ്ങൾ?" ബസ്സിൽ തൊ ട്ടടുത്തിരിക്കുന്ന നാരായണൻകുട്ടിയോടു ഞാൻ ചോദിച്ചു.

"ഒന്നുമില്ല." അവൻ പറഞ്ഞു. "കമ്പനിയുടെ സമയത്ത് കമ്പനി യുടെ ജോലി. ബാക്കി സമയം മുഴുവൻ ഷെൽറ്റർ..."

"അപ്പോൾ ഇതുവരെ കിട്ടിയത്രയും സമയം ഇനി പൊതുപ്ര വർത്തനത്തിനു കിട്ടുകയില്ല. അല്ലേ?"

അവൻ ഉറക്കെ ചിരിച്ചു. "അതെന്താ മാഷേ? കൂടുതൽ സമയം കിട്ടുകയല്ലേ ചെയ്യുക?"

എനിക്കതു മനസ്സിലായില്ല.

"ട്യൂഷനു പോയ സമയം കൂടി ലാഭമല്ലേ?" അവൻ വീണ്ടും ചി രിച്ചു. "അതു നേരാണല്ലോ. കൃത്യമായി ശമ്പളം കിട്ടുമ്പോൾ പി ന്നെ ട്യൂഷൻ ക്ലാസെടുക്കേണ്ട കാര്യമെന്ത്?"

കുറെ കാലത്തിനുശേഷം ഞാൻ അവന്റെ കൂടെ നേരെ അ വന്റെ വീട്ടിൽ ചെന്നു. ലീല ആദരവോടെ തൊഴുകൈയുമായി നിൽക്കുന്നു. മണികണ്ഠൻ കോളേജിൽ നിന്നെത്തിയിട്ടില്ല.

നാരായണൻകുട്ടിക്ക് ജോലി ശരിയായ കാര്യം കേട്ടപ്പോൾ ലീ ലയുടെ കണ്ണു നിറഞ്ഞു.

"ഇനി ഇവനെ തീരെ കിട്ടിയെന്നുവരില്ല. ശമ്പളക്കാരനായാൽ ഇവൻ കൂടുതൽ സമയം പൊതുകാര്യത്തിനിറങ്ങും." പോരാൻ നേരം ഞാൻ പറഞ്ഞു. അവർ ചിരിച്ചു.

"സാരല്ല്യ മാഷേ... നല്ല കാര്യത്തിനല്ലേ?"

അപ്പോൾ നാരായണൻകുട്ടി അമ്മയെ ചേർത്തുപിടിച്ചു.

***

സ്ഥിരവരുമാനം ഏതു മനുഷ്യനെയും ധൈര്യശാലിയാക്കും. മാസാദ്യം ശമ്പളം കിട്ടുമെന്ന തോന്നൽ ഉദ്യോഗസ്ഥരിൽ ആത്മ

വിശ്വാസമുണ്ടാക്കും. നാരായണൻകുട്ടിയുടെ കാര്യവും മറിച്ചല്ല.

അമ്മയെ അധ്വാനത്തിൽ നിന്നു മോചിപ്പിക്കാനായതിലാണ് അവന് ഏറെ ആശ്വാസം തോന്നിയത്. രോഗത്തിൽ നിന്നു തീർത്തും രക്ഷപ്പെടാൻ കഴിയുന്നില്ല. എന്നാലും ഇടയ്ക്കൊക്കെ പാടത്തിറങ്ങാൻ അമ്മ തുനിഞ്ഞിരുന്നു. നുരുക്കൊത്താനല്ലേ, തണലുള്ള സ്ഥലം നോക്കി പണിയെടുക്കാം - എന്നൊക്കെ ഒഴികഴിവു പറഞ്ഞാണ് സഹപ്രവർത്തകർ വരുമ്പോൾ കൂടെ പോവുന്നത്. തടഞ്ഞാലൊന്നും സമ്മതിക്കില്ല. എനിക്കതിനുമാത്രം പ്രായമൊന്നും ആയില്ലല്ലോ - എന്നൊരു ന്യായവും പറയും.

ഇനി അതിന്റെയൊന്നും ആവശ്യമില്ല. അമ്മ ഇനി പണിക്കൊന്നും പോകരുത്. നാരായണൻകുട്ടി തീർത്തു പറഞ്ഞു. അനുസരിക്കുകയല്ലാതെ അമ്മയ്ക്കും മറ്റു വഴിയില്ല.

ട്യൂഷൻ സെന്ററിലെ ക്ലാസുകൾ അവസാനിപ്പിച്ചപ്പോൾ ദിനേശന് വലിയ സങ്കടമായിരുന്നു. നാരായണൻകുട്ടിയുടെ ക്ലാസുകൾ കുട്ടികൾക്ക് ഇഷ്ടമായിരുന്നു. ഒന്നിച്ചു പഠിച്ചവരെന്ന അടുപ്പവും അവർ തമ്മിലുണ്ടല്ലോ. ഒരു നേരമെങ്കിലും വന്നുകൂടേ എന്ന് മാനേജർ കൃഷ്ണൻ മാഷും ചോദിച്ചു. കമ്പനി അധികാരികൾ സമ്മതിക്കില്ല എന്നായിരുന്നു അവന്റെ മറുപടി. അതിൽ വസ്തുതയുണ്ട്. പുതുതായി തുടങ്ങുന്ന ഒരു ശാഖയുടെ പ്രധാന നടത്തിപ്പുകാരൻ തന്നെ മറ്റൊരിടത്തും ജോലി ചെയ്യുന്നുണ്ടെന്നറിഞ്ഞാൽ ആർക്കും ഇഷ്ടപ്പെടില്ലല്ലോ.

പകരം മറ്റൊരു കാര്യം ചെയ്തു. മണികണ്ഠനെ ശുപാർശചെയ്തു. അവനാണെങ്കിൽ അങ്ങനെയൊരു അവസരത്തിനായി കാത്തുനിൽക്കുകയാണ്. ചെറിയ കുട്ടികളെ പഠിപ്പിക്കാൻ ബുദ്ധിമുട്ടില്ലെന്ന് നാരായണൻകുട്ടി പതിവായി പറയാറുള്ളതാണ്. അങ്ങനെ ചേട്ടനെപ്പോലെ അനുജനും രാവിലെയും വൈകുന്നേരവും ട്യൂഷൻ സെന്ററിന്റെ ഭാഗമായി.

അതിനിടയിൽ ഷെൽറ്ററിന്റെ അടുത്ത പ്രഖ്യാപനം വന്നിരുന്നു. ഒരു വർഷത്തിനുള്ളിൽ അമ്പതു വീടുകളായിരുന്നു ലക്ഷ്യം. പത്രവാർത്തകളിലൂടെയും ആളുകൾ പറഞ്ഞറിഞ്ഞും ദൂര ദിക്കുകളിൽനിന്നുവരെ ആവശ്യക്കാർ വന്നു. ഇക്കാലത്തെപ്പോലെ ചാനലുകളൊന്നുമില്ല. ദൂരദർശനാണ് ആകെയുള്ള ദൃശ്യമാധ്യമം. അതിൽ പത്തുവീടുപദ്ധതിയെപ്പറ്റി ചെറിയൊരു റിപ്പോർട്ട് വരികയും ചെയ്തിരുന്നു. അന്നൊക്കെ അതു വലിയ സംഭവമാണ്. നാരായ

ണൻകുട്ടിയെയും സഹപ്രവർത്തകരെയും നിമിഷനേരം കാണിക്കുകയുമുണ്ടായി. അങ്ങനെയാണ് ഷെൽറ്റർ നാരായണൻകുട്ടി എന്ന പേര് ആളുകൾക്കിടയിൽ പ്രചരിച്ചത്. അതുപോലെ റേഡിയോവിലും ഒരു പ്രത്യേക പരിപാടി അവരെക്കുറിച്ച് അവതരിപ്പിക്കപ്പെട്ടു.

അപ്പോഴേയ്ക്കും സംഘടന രജിസ്റ്റർ ചെയ്യപ്പെട്ടിരുന്നു. നിയമാവലി എഴുതിയുണ്ടാക്കി അതിനു നേതൃത്വം നൽകാൻ ചെറിയൊരു ഗ്രൂപ്പിനെ നിയോഗിക്കുകയാണ് ചെയ്തത്. അവർ പലയിടങ്ങളിൽ അന്വേഷിച്ചെങ്കിലും ഇതുപോലൊരു സംഘടന എവിടെയെങ്കിലും പ്രവർത്തിക്കുന്നതായി അറിഞ്ഞില്ല. രജിസ്റ്റർ ഓഫീസിൽ തിരക്കിയപ്പോഴും വീടുണ്ടാക്കിക്കൊടുക്കാനായി ഒരു സംഘടനയും രജിസ്റ്റർ ചെയ്തിട്ടില്ലെന്നാണ് അറിയിച്ചത്. അങ്ങനെ, മറ്റൊരു സംഘടനയുടെ നിയമാവലിയിൽ മാറ്റങ്ങൾ വരുത്തി ഷെൽറ്ററിനു പറ്റുന്ന രീതിയിൽ ഒന്ന് എഴുതിയുണ്ടാക്കി.

രജിസ്റ്റർ ചെയ്തതോടെ സംഘടനയ്ക്ക് ആധികാരികത വന്നു. കണക്കുകളും രേഖകളും കൃത്യവും സത്യസന്ധവുമാണെന്ന് ഉറപ്പുവരുത്തണമല്ലോ. എല്ലാം സൂക്ഷിക്കണം. തൽക്കാലം ചെയർമാന്റെ വീടുതന്നെയാണ് ഓഫീസായി കാണിച്ചത്. വാടക കൊടുത്ത് മറ്റൊരിടം കണ്ടെത്താൻ കഴിയുമായിരുന്നില്ല. ചില യോഗങ്ങളും നാരായണൻകുട്ടിയുടെ വീട്ടിൽ വെച്ചു നടത്തി.

അപേക്ഷകരിൽ നിന്ന് യഥാർത്ഥ ആവശ്യക്കാരെ കണ്ടെത്താൻ അതതു ഗ്രാമപഞ്ചായത്തിന്റെ സഹകരണം തേടാൻ തീരുമാനിച്ചു. പഞ്ചായത്ത് അംഗങ്ങൾക്ക് അവരുടെ പരിധിയിലുള്ളവരെ പരിചയമുണ്ടാകുമല്ലോ. അപേക്ഷകളുടെ എണ്ണത്തിന് അനുപാതികമായി ആവശ്യക്കാരെ നിശ്ചയിക്കുന്ന രീതിയാണ് അവലംബിച്ചത്. അതിനായി അപേക്ഷകരുമായുള്ള അഭിമുഖം അതത് ഗ്രാമപഞ്ചായത്ത് ഓഫീസിൽ വെച്ചു നടത്തി.

നാരായണൻകുട്ടി ഏതു നേരവും തിരക്കിലായി. അതിരാവിലെ പുറത്തിറങ്ങിയാൽ നേരെ താന്നിക്കുന്നിലേയ്ക്കു നടക്കും. ആ ദിവസം എവിടെയൊക്കെ എന്തൊക്കെ പണികളാണ് നിശ്ചയിച്ചതെന്ന് നോക്കി നിർദ്ദേശങ്ങൾ നൽകും. അങ്ങാടിയിൽ പുതുതായി തുറന്ന ഹോട്ടലിന്റെ പിറകുവശത്തായി നീളത്തിൽ ഒരു ഹാളുണ്ട്. ഷെൽറ്ററിന്റെ ഓഫീസ് പോലെയാണത്. ചിലപ്പോൾ യോഗങ്ങളും അവിടെ നടക്കാറുണ്ട്. നടത്തിപ്പുകാർക്ക് അതിൽ സന്തോഷമേയുള്ളൂ.

ഓഫീസിലേയ്ക്കു പുറപ്പെടേണ്ട സമയമായാൽ നിരത്തിലേയ്ക്കിറങ്ങിയാൽ മതി. ആ സമയത്തുള്ള ബസ്സിൽ കയറും. അതല്ല, തോടങ്ങാടി ഭാഗത്തേക്ക് സാമഗ്രികളുമായി പോകുന്ന അവരുടെ വണ്ടിയുണ്ടെങ്കിൽ അതിൽ കയറിപ്പോകും.

പിന്നെ വൈകുന്നേരം ഓഫീസടയ്ക്കും വരെ അവിടെയും തിരക്കാണ്. ഓഫീസിലെ ജോലിക്കിടയിൽ മറ്റൊന്നിനും സമയം കളയില്ല. വെറുതെ ഒരു നിമിഷം പോലുമിരിക്കാൻ വയ്യാത്ത മട്ടിലാണ് നാരായണൻകുട്ടിയെ ആരും ഏതു നേരവും കാണുക. ആഹാരം കയ്യിലെടുത്തു കഴിച്ചുകൊണ്ട് സഹപ്രവർത്തകർക്കു നിർദ്ദേശം കൊടുക്കുന്ന കാഴ്ചയും ഓഫീസിൽ പതിവാണ്.

വൈകീട്ട് മടങ്ങിയെത്തിയാൽ അന്നത്തെ പ്രവർത്തനങ്ങൾ വിലയിരുത്തലാണ്. ഇതിനിടയിൽ സ്പോൺസർമാരെ കണ്ടെത്തണം, സാമഗ്രികൾ സംഘടിപ്പിക്കണം.... അങ്ങനെ നൂറുകൂട്ടം പണികൾ.

ഇന്നത്തെപ്പോലെ മൊബൈൽ ഫോണൊന്നും ഇല്ലെന്നറിയാമല്ലോ. ലാന്റ് ഫോൺ തന്നെ വിരളം. താന്നിക്കുന്നിൽ ആകെ മൂന്നിടത്തേയുള്ളൂ. സ്കൂളിലും പോസ്റ്റോഫീസിലും പിന്നെ പുതിയ ഹോട്ടലിലും.

ഷെൽറ്ററിന്റെ ജീവാത്മാവായതിനാൽ ഷെൽറ്റർ നാരായണൻകുട്ടി എന്ന പേരു കിട്ടിയ കാര്യം നേരത്തെ പറഞ്ഞല്ലോ. ഓഫീസിൽ സത്യസന്ധമായി കൃത്യനിഷ്ഠയോടെ ജോലിചെയ്യുന്നതിന്റെ പേരിലും ഒരു പേരു പതിഞ്ഞുകിട്ടി - ഭദ്രം നാരായണൻകുട്ടി . എല്ലാ വിളികളോടും തുറന്ന ചിരിയായിരുന്നു മറുപടി.

സങ്കടങ്ങളും നാരായണൻകുട്ടിയെ വിടാതെ പിന്തുടർന്നു. അമ്മ വീണ്ടും അവശയായി. നഗരത്തിലെ മുന്തിയ ആശുപത്രിയിൽ തന്നെ എത്തിച്ചെങ്കിലും ഒന്നുരണ്ടാഴ്ചയ്ക്കുള്ളിൽ സ്ഥിതി ഗുരുതരമായി. കരൾ എല്ലാ ചികിത്സകൾക്കു നേരെയും കണ്ണടച്ചു. ഡോക്ടറെ സമീപിച്ച് ഒറ്റക്കാര്യമേ നാരായണൻകുട്ടി പറഞ്ഞുള്ളൂ. അമ്മയെ മടക്കിത്തരണം. കരൾ താൻ തരാം...

വിഷാദം നിറഞ്ഞ ചിരിയായിരുന്നു ഡോക്ടറുടെ മറുപടി. അടുത്ത ദിവസം അമ്മ വിട പറഞ്ഞു.

ചടങ്ങുകൾ പൂർത്തിയായതിന്റെ പിറ്റേന്ന് നാരായണൻകുട്ടി എന്റെയടുത്തുവന്നു. അനുജനെയും കൂട്ടി ഓഫീസിനടുത്തേയ്ക്ക് താമസം മാറ്റാൻ അവൻ തീരുമാനിച്ചിരുന്നു. അവിടെ പഞ്ചായത്ത് ഓ

ഫീസിനടുത്ത് ചെറിയൊരു വീടു കണ്ടുവെച്ചിരുന്നു.
അവൻ പറയുന്നതു മൂളിക്കേൾക്കുകയല്ലാതെ എനിക്കൊന്നും തിരിച്ചു പറയാനുണ്ടായില്ല.

***

ജോലിസ്ഥലത്തേയ്ക്കു താമസം മാറിയതിനുശേഷം വല്ലപ്പോഴും മാത്രമേ ഞാൻ നാരായണൻകുട്ടിയെ കാണാറുള്ളു. മണികണ്ഠനെ ചിലപ്പോൾ അങ്ങാടിയിൽ കാണും. അവനും തിരക്കിലാണല്ലോ. കോളേജിലെ പഠനവും ട്യൂഷനെടുപ്പും. കഴിവതും ആഹാരം വീട്ടിലുണ്ടാക്കാൻ ശ്രമിക്കാറുണ്ടെന്ന് ഒരിക്കൽ പറഞ്ഞു. സ്ഥിരമായി ഹോട്ടൽഭക്ഷണം കഴിക്കുന്നത് നന്നല്ല എന്ന് ഞാൻ അഭിപ്രായപ്പെട്ടപ്പോഴാണത് പറഞ്ഞത്.

തോടങ്ങാടിയിൽ പോകുമ്പോൾ ഓഫീസിലോ വീട്ടിലോ കയറി നാരായണൻകുട്ടിയെ കാണണമെന്ന് വിചാരിക്കും. പക്ഷേ, അങ്ങനെ പോകേണ്ടി വരാറില്ല.

ഷെൽറ്റർ കുറെക്കൂടി അംഗങ്ങളെ ചേർത്ത് വിപുലീകരിക്കുകയും കൂടുതൽ വീടുകളുടെ നിർമ്മാണം ഏറ്റെടുക്കുകയും ചെയ്യുന്നുണ്ട്. അംഗങ്ങളിൽ പലരും മാറുന്നുണ്ട്. ജോലികിട്ടി ദൂരേയ്ക്കു പോകുന്നവർ, വിവാഹശേഷം മാറിത്താമസിക്കുന്നവർ - അങ്ങനെ പലതരത്തിൽ അംഗങ്ങളിൽ മാറ്റമുണ്ടാകുന്നു. എന്നാൽ ചെയർമാൻ സ്ഥാനത്തുനിന്ന് നാരായണൻകുട്ടിക്കു മാത്രം മോചനമുണ്ടായില്ല. പല തവണ മറ്റാരെങ്കിലും ആ സ്ഥാനം ഏറ്റെടുക്കണമെന്നും താൻ പഴയപോലെ പ്രവർത്തിക്കാൻ തയ്യാറാണെന്നുമൊക്കെ നാരായണൻകുട്ടി പറഞ്ഞെങ്കിലും ആരും നേതൃത്വം ഏറ്റെടുത്തില്ല. ആളില്ലാഞ്ഞിട്ടോ ഭയന്നിട്ടോ അല്ല. സർവഥാ അതിന് പറ്റിയത് നാരായണൻകുട്ടിയാണ് എന്ന പൊതു അഭിപ്രായത്തെ മാനിച്ചാണ് മറ്റുള്ളവർ മാറിനിൽക്കുന്നത്.

സമ്മർദ്ദത്തിന് അവൻ ശ്രമിച്ചതുമില്ല. ആവുന്നത്ര കാലം അതുമായി മുന്നോട്ടുപോകാൻ തന്നെ ഉറച്ചു. വളരെ അകലെനിന്നുവരെ വീടുകൾക്കുള്ള അപേക്ഷകൾ വരുന്നുണ്ട്. നിർമ്മാണത്തിൽ കാലാനുസൃതമായ പല പരിഷ്കാരങ്ങളും അവർ വരുത്തിക്കൊണ്ടിരുന്നു. ഇഷ്ടിക മാത്രം ഉപയോഗിച്ചുള്ള വീടുകൾ അങ്ങനെ വന്നതാണ്. തെക്കൻ കേരളത്തിലാണല്ലോ അങ്ങനെ വീടുണ്ടാക്കുന്നത്. അവിടെ ചെങ്കല്ലു കിട്ടാൻ പ്രയാസമാണ്. നമ്മുടെ നാട്ടിൽ കുറെ ഇഷ്ടിക കമ്പനികൾ വന്നതോടെ ഇഷ്ടികയ്ക്കും ക്ഷാ

മമില്ലാതായി. വീടു നിർമ്മാണത്തിന് ഇഷ്ടികയും സൗജന്യമായി കൊടുക്കാൻ ചില കമ്പനികൾ തയ്യാറായി. വീടുകൾ ഓടു മേയുന്ന രീതി അവസാനിപ്പിച്ചു. ടെറസ് മാത്രമായി. മരത്തിനു വിലയേറുകയും കിട്ടാൻ പ്രയാസം നേരിടുകയും ചെയ്തപ്പോൾ മെറ്റലിന്റെ വാതിലുകൾ ഉപയോഗിക്കാൻ തുടങ്ങി. കെട്ടിടത്തിന്റെ പ്രധാനഭാഗമൊഴികെ ഷീറ്റിട്ടു പണി തീർക്കുന്ന രീതി കൊണ്ടുവന്നു.

മണികണ്ഠൻ ബിരുദപഠനം പൂർത്തിയാക്കിയ ഘട്ടത്തിലാണ് ഒടുവിൽ ഞാൻ തോടങ്ങാടിയിൽ പോയത്. ഉച്ചനേരത്തായിരുന്നതിനാൽ നാരായണൻകുട്ടിയും വീട്ടിലുണ്ട്. ചില കാര്യങ്ങൾ പറയാനുദ്ദേശിച്ചുതന്നെയാണ് ഞാൻ ചെന്നത്.

പഞ്ചായത്ത് ഓഫീസിനടുത്ത് ചെറുതെങ്കിലും വൃത്തിയുള്ള വീട്. കയറിച്ചെല്ലുന്ന ചെറിയ മുറി ഷെൽറ്ററിന്റെ ഓഫീസുപോലെ പ്രവർത്തിക്കുകയാണ്. ഇപ്പോൾ മിക്ക യോഗങ്ങളും ഇവിടെയാണ് നടക്കുന്നതെന്ന് മണികണ്ഠൻ പറഞ്ഞു. അവനും പ്രവർത്തനങ്ങളിൽ സഹകരിക്കുന്നുണ്ട്. മെറ്റീരിയലുകൾ സംഘടിപ്പിക്കുന്ന ഗ്രൂപ്പിലാണ് അന്നൊക്കെയുള്ളത്.

"അല്ല മോനേ, നിങ്ങളിങ്ങനെ രണ്ടു പേരു മാത്രമായി എത്ര കാലം കഴിയും? വീടുനോക്കാനും വല്ലതും വെച്ചുണ്ടാക്കാനുമൊക്കെ ഒരാളു വേണ്ടേ?"

നാരായണൻകുട്ടിയെ സൗകര്യത്തിനു കിട്ടിയപ്പോൾ ഞാൻ ചോദിച്ചു. അവൻ ചിരിച്ചു. കുറച്ചുനേരം എന്തോ ആലോചിച്ചുനിന്നു. പിന്നെ സാവധാനത്തിൽ പറഞ്ഞു:

"മാഷേ, ഞാനിപ്പോൾ ഈ സേവനപ്രവർത്തനത്തിന്റെ ലഹരിയിലാണ്. മണികണ്ഠനെ നോക്കേണ്ടതുകൊണ്ടാണ് ജോലിയിൽ തുടരുന്നത്. അല്ലെങ്കിൽ മുഴുവൻ സമയവും ഷെൽറ്ററിന്റെ വർക്കു ശന്ന ചെയ്യാനുണ്ട്. മറ്റൊന്നും ഇപ്പോൾ ആലോചിക്കുന്നില്ല."

എന്തു പറയണമെന്നറിയാതെ ഞാൻ പരുങ്ങി. അവൻ ആലോചിക്കാതെ ഒന്നും പറയില്ലെന്ന് എനിക്കറിയാം. പ്രത്യേകിച്ച് സ്വന്തം ജീവിതത്തെക്കുറിച്ച്. അത്തരമാളുകളെ നമുക്ക് നിർബന്ധിക്കാൻ കഴിയില്ല. നിർബന്ധിച്ചിട്ട് കാര്യമില്ല.

"സ്വസ്ഥമായി ഒന്നുകൂടി ആലോചിക്കണം." ഇറങ്ങാൻ നേരം ഞാൻ പറഞ്ഞു.

"എന്റെ കാര്യം അറിയാമല്ലോ. ചെറുപ്പത്തിന്റെ തിളപ്പിൽ ഞാനും ഇങ്ങനെയൊരു തീരുമാനമെടുത്തതാണ്. ഇപ്പോൾ എനിക്ക്

ആശങ്കയുണ്ട്. അടുത്ത വീട്ടിൽപ്പോലും ഒരാളില്ല.”

പിന്നെയാണ് പറഞ്ഞതു പാളിപ്പോയോ എന്നു തോന്നിയത്. നാരായണൻകുട്ടി താമസം മാറിയ കാര്യമാണ് ഞാൻ സൂചിപ്പിച്ചത്. അതയാളെ വിഷമിപ്പിച്ചെന്ന് തോന്നി. കുറ്റബോധത്തോടെ എന്റെ മുഖത്തു നോക്കിനിന്ന ശേഷം എന്റെ പിറകെ നിരത്തിലേയ്ക്കിറങ്ങുമ്പോൾ പറഞ്ഞു:

“ഞാൻ വരാം മാഷേ. ചില കാര്യങ്ങളൊക്കെ മാഷോടു പറയാനുണ്ട്.”

അങ്ങനെ വരാൻ നാരായണൻകുട്ടിക്കു കഴിഞ്ഞില്ല. അവനെ ആകെ തകർത്തു കളഞ്ഞ സംഭവമാണ് പിന്നീടുണ്ടായത്. എന്തോ ആവശ്യത്തിന് നഗരത്തിൽ പോയ മണികണ്ഠൻ വാഹനാപകടത്തിൽപ്പെട്ടു. അതൊരു ഞായറാഴ്ചയായിരുന്നു. പുതിയൊരു വീടിന്റെ പണി നടക്കുന്നിടത്ത്, കുറെ ദൂരെയായിരുന്നു, നാരായണൻകുട്ടിയും കൂട്ടരും. വിവരമറിഞ്ഞ് വരുമ്പോഴേയ്ക്കും എല്ലാം കഴിഞ്ഞിരുന്നു.

ഒരു മാസത്തിനകം നാരായണൻകുട്ടി ജോലി രാജിവെച്ചു. അങ്ങനെ ഒരു വിളിപ്പേരിൽ നിന്നു മോചനം നേടി - ഭദ്രം നാരായണൻകുട്ടി.

അഭയമില്ലാത്തവർക്ക് അഭയസ്ഥാനമുണ്ടാക്കാനായി പൂർണസമയവും പാഞ്ഞുനടക്കുന്ന ഒരാളായി അയാൾ മാറി. ഷെൽറ്റർ എന്ന സംഘടനയും ഷെൽറ്റർ നാരായണൻകുട്ടി എന്ന അതിന്റെ നായകനും താന്നിക്കുന്നും കേരളവും വിട്ട് രാജ്യത്താകമാനവും അന്യരാജ്യങ്ങളിലും ചർച്ചാവിഷയമായി. പത്രമാധ്യമങ്ങൾ പലമട്ടിൽ ഷെൽറ്ററിന്റെ വിജയഗാഥ അവതരിപ്പിച്ചു. അവരുടെ പ്രവർത്തനരീതികൾ നേരിട്ടറിയാൻ വിദേശങ്ങളിൽനിന്നുവരെ പ്രതിനിധികൾ വന്നു.

***

അത്ഭുതം തോന്നും, നാൽപതു വയസ്സുമാത്രമുള്ളപ്പോഴാണ് രാജ്യത്തിന്റെ ഉന്നതബഹുമതി നാരായണൻകുട്ടിയെ തേടി വന്നിരിക്കുന്നത്. അവർ ഇതുവരെ പണി പൂർത്തിയാക്കിയത് ആയിരം വീടുകൾ.

ഇപ്പോൾ മുനിസിപ്പാലിറ്റിയായി മാറിയ തോടങ്ങാടിയിൽ പഴയ വീട്ടിൽതന്നെയാണ് അയാൾ കഴിയുന്നത്. ആ വീടിന്റെ പേരും ഷെൽറ്റർ എന്നു തന്നെ.

നാരായണൻകുട്ടിക്ക് മുനിസിപ്പാലിറ്റി ഒരുക്കുന്ന സ്വീകരണസമ്മേളനം നാളെയാണ്. ഷെൽറ്റർ നിർമ്മിച്ച ആയിരം വീടുകളിൽ താമസിക്കുന്നവരും അതിൽ പങ്കെടുക്കുമെന്നാണ് കരുതുന്നത്. താന്നിക്കുന്നിനെ അരിച്ചുപെറുക്കി അവിടെയെത്തിക്കാനാണ് ഷെൽറ്റർ പ്രവർത്തകരുടെ തീരുമാനം. ഞാനും പോകുന്നുണ്ട്. എന്റെ ശിഷ്യനാണല്ലോ ആദരിക്കപ്പെടുന്നത്.

പ്രിയപ്പെട്ട കൂട്ടുകാരേ,

താന്നിക്കുന്നിലെ ഓരോ മനുഷ്യനും അഭിമാനത്തിന്റെ നിമിഷങ്ങളാണിത്. നമ്മുടെ നാട്ടിൽ ആദ്യമായി ഒരാൾ പത്മശ്രീ ബഹുമതി നേടിയിരിക്കുന്നു. ഈ ഗ്രാമത്തിൽ ജനിച്ചുവളർന്ന, ഇവിടെ പഠിച്ച, ഇവിടെത്തന്നെ തന്റെ കർമ്മമണ്ഡലമായി തെരഞ്ഞെടുത്തയാളാണ് നാരായണൻകുട്ടി. എന്റെ പ്രിയ ശിഷ്യൻ കൂടിയായ നാരായണൻകുട്ടി ഇനി മുതൽ പത്മശ്രീ നാരായണൻകുട്ടിയെന്നാണ് അറിയപ്പെടുക. നമ്മുടെ നാടിന് ഇതിനെക്കാൾ അഭിമാനകരമായി മറ്റെന്താണുള്ളത്!

ഒന്നു ചോദിച്ചോട്ടെ, നാരായണൻകുട്ടിക്ക് പത്മശ്രീ കിട്ടിയെന്നറിയിച്ച കഴിഞ്ഞ ദിവസത്തെ പത്രവാർത്ത സത്യത്തിൽ നിങ്ങൾ കണ്ടിട്ടുണ്ടോ? പുതിയ കുട്ടികളൊന്നും പത്രം വായിക്കാറില്ല എന്നാണ് പലരും പറയുന്നത്. വേണ്ട, ടെലിവിഷൻ വാർത്ത കേട്ടിട്ടുണ്ടാവുമല്ലോ. ഇനി അതുമില്ലെങ്കിൽ പുതിയ കാലത്തെ മറ്റു സംവിധാനങ്ങളിലൂടെ വിവരമറിഞ്ഞിട്ടുണ്ടാവുമല്ലോ. അതുമതി.

വാർത്തയായല്ല, നാരായണൻകുട്ടിയുടെ കഥ പുസ്തകമായിത്തന്നെ പുറത്തുവരുമെന്ന് എനിക്കുറപ്പുണ്ട്. ലോകം മുഴുവൻ അത്ഭുതാദരങ്ങളോടെ അത് വായിക്കുമെന്നും.

***